இனி நமக்காக

❖ ❖ ❖

பிறர் பார்வையிலிருந்து விடுதலை,
அன்போடு

சுந்தரம் சுப்ரமணியன் திரவியம்

பொருளடக்கம்

முன்னுரை - கையில் தரப்படாத தராசு

நிறைய பேரு கூடியிருக்கிற ஒரு இடத்துக்குள்ள போறப்போ, மனசுக்குள்ள ஒரு சின்ன யோசனை ஓட ஆரம்பிச்சிடுது: "இங்க என்ன பேசணும், எப்படிப் பேசணும்?" இது கிட்டத்தட்ட எல்லாருக்கும் நடக்கிறதுதான்.

சில பேரு இன்னும் ஒரு படி மேல போவாங்க: "நான் இப்படிப் பேசினா, கேட்கிறவங்க என்னை இப்படி நினைப்பாங்க"னு, மத்தவங்க மனசுல ஒரு எண்ணத்தை உருவாக்கறதுக்காகவே பேச்சை அமைச்சுக்குவாங்க.

கேட்கிற பக்கமும் சும்மா இல்லை, ஒருத்தர் பேசுறதை வெச்சே, "இவரு இப்படித்தான், அவங்க அப்படித்தான்"னு மனசு சத்தம் இல்லாம அளந்து ஒரு முடிவுக்கு வந்துடுது.

ஆனா இதுல ஒரு விஷயம் இருக்கு, இப்படிப் பேச்சை அமைச்சுப் பேசுற மனசும், பேச்சை வெச்சு அளக்கிற மனசும், ராத்திரி படுக்கப் போறப்போ "இன்னைக்கு நான் ஏன் அப்படிப் பேசினேன்? ஏன் அப்படி நினைச்சேன்?"னு திரும்பிப் பார்க்கிறது ரொம்பக் குறைவு. அது

யாரோட தப்பும் இல்லை, இந்தப் பழக்கம் நமக்கே தெரியாம, சத்தம் இல்லாம ஓடிக்கிட்டே இருக்கு. கவனிச்சா மட்டும்தான் கண்ணுல படும்.

இதுல எதுவும் நமக்குப் புதுசு இல்லை. வெக்கப்படவும் எதுவும் இல்லை. இது அஞ்சு வயசுலயும் நடக்குது, எண்பது வயசுலயும் நடக்குது. ஆணு பெண்ணுன்னு வித்தியாசமும் இல்லை, எல்லாருக்கும் பொதுவானதுதான். படிக்கிறவங்க, வேலை பார்க்கிறவங்க, வீட்டுல இருக்கவங்க, ஓய்வு எடுக்கிறவங்கன்னு எல்லார் கிட்டயும் இந்தப் பழக்கம் ஏதோ ஒரு அளவுல இருக்கு, பெரும்பாலும் அவங்களுக்கே தெரியாம. அதான் இந்தப் புத்தகம்: தெரியாம ஓடுறதை, ஒரு தடவை நின்னு, அன்பா பார்க்கிறது. நீங்க தனியா இல்லை, இந்தப் பயணத்துல நாம எல்லாருமே கூடப் பயணிகள்தான்.

இந்தப் புத்தகத்தில் சொல்லப்படுவது எந்த ஒரு பாலினத்துக்கும் மட்டுமானது அல்ல; எல்லோரும் தங்களுக்கானதாக எடுத்துக்கொள்ளலாம்.

❖ ❖ ❖

ரொம்பச் சின்ன வயசுல நம்ம மனசு ரொம்ப லேசா இருந்திருச்சு, பாட்டுப் பாடச் சொன்னா பாடினோம், ஆடச் சொன்னா ஆடினோம். யாரு என்ன நினைப்பாங்கன்னு ஒரு யோசனை கூட இல்லை.

ஆனா வளர வளர, யாரும் சொல்லாமலேயே, நம்ம மனசுக்குள்ள ஒரு தராசு வந்து உட்கார்ந்துக்குது.

அந்தத் தராசுக்கு ரெண்டு தட்டு. ஒரு தட்டுல, மத்தவங்களை வெச்சு நாம அளந்து பார்க்கிறோம்: "இவரு இப்படி, அவங்க அப்படி." இன்னொரு தட்டுல நாமளே ஏறி உட்கார்ந்துக்கிட்டு, "மத்தவங்க பார்வையில நான் எப்படித் தெரிவேனோ?"னு யோசிச்சுக்கிட்டே இருக்கோம்.

அந்தத் தராசு அவ்வளவு நேர்மையானதும் இல்லை. ஒருத்தர நமக்குப் பிடிச்சிருந்தா, அவங்க என்ன பண்ணாலும் யோசிக்காமலே நல்லதா எடை போட்டுடுறோம். அதே ஆளோட ஒரு மனஸ்தாபம் வந்துடுச்சுன்னா, அவங்க எவ்வளவு நல்ல எண்ணத்தோட பேசினாலும் அது நம்ம காதுல தப்பாவே விழுது. ஆளு மாறலை, பேச்சு மாறலை, தராசுதான் பக்கம் மாறி நிக்குது.

இந்தத் தராசை நமக்குக் கொடுத்தது யாரு? வேணும்னே யாருமே கொடுக்கலை. நம்மை நேசிச்சவங்க, நம்ம மேல இருக்கிற அக்கறையில, "நாலு பேரு முன்னாடி நல்லா இருக்கணும்"னு அடிக்கடி சொல்லிச் சொல்லியே, அவங்களுக்கே தெரியாம, இந்தத் தராசை நம்ம கையில சேர்த்துட்டாங்க. அவங்களுக்கும் இது இப்படித்தான் அவங்களை நேசிச்சவங்ககிட்ட இருந்து வந்துச்சு. அதனால இது யாரோட தப்பும் இல்லை — அவ்வளவுதான்.

அதனாலதான் முதல்லேயே ஒரு விஷயத்தைச் சொல்லிடறேன், **இந்தப் புத்தகத்துல யாரும் வில்லன் இல்லை.** நம்மை ஒப்பிட்டுப் பேசினவங்க இல்லை, நம்மைப் புரிஞ்சுக்காதவங்க இல்லை, நம்மைப் பத்தி ஏதோ சொன்னவங்க இல்லை, யாருமே இல்லை. எல்லாரும் இதே தராசைத் தூக்கிக்கிட்டு நடக்கிற, நம்மைப் போலவே கொஞ்சம் களைச்சுப் போயிருக்கிற மனுஷங்கதான். இந்தப் புத்தகம் யாரையும் எடை போடாது, எடை போடுறதைப் பத்திப் பேசிட்டு நாமே எடை போட்டா, அதைவிட வேடிக்கை வேற இல்லையே.

❖ ❖ ❖

இது அட்வைஸ் புத்தகமும் இல்லை. மேடையில நின்னு பேசுற தகுதி எழுதுறவனுக்கு இல்லை, என் கையிலயும் இதே தராசு நீண்ட நாளா இருந்திருக்கு. கவனிக்க ஆரம்பிச்ச பிறகு, நாளடைவுல அது தானா லேசாகிக்கிட்டே வந்திருச்சு. அந்த அனுபவத்துலேர்ந்து பிறந்ததுதான் இந்தப் புத்தகம்.

இது ஒரு மென்மையான பயணம். நம்ம அன்றாட வாழ்க்கையை பக்கத்துல உட்கார்ந்து, அன்பா, அமைதியா சேர்ந்து பார்க்கிற பயணம். நாம தினமும் இருக்கிற இடங்களுக்கே போவோம், வீடு, தெரு, கூட்டம், கைபேசித் திரை. ஒவ்வொரு இடத்துலயும் ஒரே ஒரு விஷயத்தை மட்டும் மெதுவா கவனிப்போம், அங்க அந்தத் தராசு என்ன பண்ணிக்கிட்டு இருக்கு?

கவனிச்சாலே போதும். திட்ட வேண்டாம், திருத்த வேண்டாம், அவசரப்பட வேண்டாம். தராசு கையில இருக்குன்னு அன்பா கவனிக்கிற அந்த நொடியிலேயே, அது கொஞ்சம் லேசாக ஆரம்பிச்சிடுது.

❖ ❖ ❖

இத்தனை நாளா, தெரிஞ்சோ தெரியாமலோ, மத்தவங்க பார்வைக்காக நிறைய

வாழ்ந்திருக்கோம். அதுல வருத்தப்பட எதுவும் இல்லை; அன்னைக்கு நமக்குத் தெரிஞ்ச வழி அதுதான். போனது போகட்டும், அது நம்மை இங்க வரைக்கும் கொண்டு வந்து சேர்த்திருச்சே, அதுக்கு ஒரு நன்றி சொல்லிட்டு, மெதுவா அடுத்த அடி எடுத்து வைப்போம்.

இனி வர்ற பக்கங்கள்ல, அந்தத் தராசோட கதையை நிதானமா பார்ப்போம். கடைசி பக்கம் வர்றப்போ மனசு கொஞ்சமாவது லேசாகியிருந்தா, இந்தப் புத்தகம் ஜெயிச்சிடுச்சு.

வாங்க, மெதுவா நடக்கலாம்.

இனி நமக்காக.

பகுதி 1 - தராசு வந்த கதை

❖ ❖ ❖

1 - ஒப்பீடு என்ற பழக்கம்

"அவங்களைப் பாரு."

இந்த மூணு வார்த்தையை நாம எத்தனை தடவை கேட்டிருப்போம்?

சின்ன வயசுல: "பக்கத்து வீட்டுப் பையனைப் பாரு, எவ்வளவு அமைதியா இருக்கான்." பள்ளிக்கூடத்துல: "அவ எவ்வளவு மார்க் வாங்கியிருக்கா, பாரு." கொஞ்சம் வளர்ந்ததும்: "அவன் எவ்வளவு சம்பாதிக்கிறான் பாரு, எவ்வளவு பெரிய வீடு கட்டியிருக்கான் பாரு." வயசான காலத்துல கூட: "அந்த மாமாவைப் பாரு, இந்த வயசுலயும் தினமும் நடக்கப் போறாரு."

வயசு மாறுது, ஒப்பிடுற பொருள் மாறுது, மார்க், உயரம், சமையல், வீடு, கைபேசி, உடம்பு. ஆனா வாக்கியம் மட்டும் அப்படியேதான் இருக்கு: "அவங்களைப் பாரு."

❖ ❖ ❖

இங்க ஒரு நிமிஷம் நின்னு யோசிச்சுப் பார்ப்போம். இந்த வாக்கியத்தைச் சொன்னவங்க யாரு? நம்மை வெறுத்தவங்களா?

இல்லவே இல்லை. பெரும்பாலும் நம்மை உசத்தியா நேசிச்சவங்கதான். அம்மா, அப்பா, பாட்டி, தாத்தா, வாத்தியார், நல்ல நண்பன், எல்லாரும் நம்ம மேல இருக்கிற அக்கறையிலதான் அப்படிச் சொன்னாங்க. "இவனும் நல்லா இருக்கணும், இவளும் முன்னேறணும்", அந்த ஆசைக்கு அவங்ககிட்ட இருந்த ஒரே மொழி ஒப்பீடுதான். வேற மொழி அவங்களுக்குக் கத்துக் கொடுக்கப்படலை. அவங்களையும் யாரோ இப்படித்தான் ஒப்பிட்டு வளர்த்தாங்க.

அதனால இந்த அத்தியாயத்துல யாரையும் குறை சொல்லப் போறது இல்லை. ஒப்பீட்டை மட்டும் கொஞ்சம் அருகில வெச்சுப் பார்க்கப் போறோம், அது எப்படி வேலை செய்யுது, நமக்குள்ள என்ன பண்ணுது.

❖ ❖ ❖

ஒரு சின்னக் காட்சி.

வீட்டுல ஒரு பிள்ளை ஓவியம் வரையுது. மயில் ஒண்ணு, வாலு கொஞ்சம் கோணலா, நிறம் கொஞ்சம் வழிஞ்சு. ஆனா அந்தப் பிள்ளையோட மொகத்துல எவ்வளவு சந்தோஷம்! ஓடி வந்து காட்டுது.

அந்த நேரத்துல யாராவது ஒருத்தர், நல்ல எண்ணத்தோடவே, "நல்லா இருக்கு... ஆனா அந்தப் பொண்ணு வரைஞ்ச மயிலு பார்த்தியா? அச்சு அசலா இருக்கும்"னு சொல்லிட்டா, அந்த நொடியில என்ன நடக்குது?

மயிலு அப்படியேதான் இருக்கு. ஆனா அந்தப் பிள்ளையோட சந்தோஷம் மட்டும் பாதியா குறைஞ்சு போகுது. இப்போ அந்தப் பிள்ளை தன்னோட மயிலைப் பார்க்கிறது இல்லை, இன்னொருத்தரோட மயிலோட தன்னோட மயிலை ஒப்பிட்டுப் பார்க்குது. வரைஞ்ச கை அதேதான், படம் அதேதான் — பார்வைதான் மாறிடுச்சு.

ஒப்பீடு பண்றது இதைத்தான். அது எதையும் எடுத்துக்கிட்டு போறது இல்லை; நம்மகிட்ட இருக்கிறதை ரசிக்கிற பார்வையை மட்டும் மாத்திடுது.

❖ ❖ ❖

இன்னொரு காட்சி, இது நம்ம எல்லார் வீட்டுலயும் நடந்திருக்கும்.

விருந்துக்கு நாலு பேரு வந்திருக்காங்க. சாப்பாடு அருமையா இருக்கு. எல்லாரும் சாப்பிட்டு முடிக்கிற நேரத்துல யாரோ ஒருத்தர்

சொல்றாங்க: "ரொம்ப நல்லா இருக்கு. அன்னைக்கு அவங்க வீட்டுல சாப்பிட்டேனே, அந்த ரசம் மட்டும்... ஆஹா."

சமைச்சவங்க சிரிச்சுக்கிட்டே தலையாட்டுறாங்க. ஆனா உள்ளுக்குள்ள ஒரு சின்ன இடம் சுருங்கிப் போகுது. காலையிலேர்ந்து நின்னு சமைச்ச மொத்த மெனக்கெடலும், அந்த ஒரு வரி ஒப்பீட்டுல, கொஞ்சம் மங்கிப் போகுது.

சொன்னவங்களுக்கு எந்தக் கெட்ட எண்ணமும் இல்லை. நிஜமாவே அவங்க ரெண்டு சாப்பாட்டையும் ரசிச்சிருக்காங்க. ஆனா கேட்டவங்க மனசுல விழுந்தது ரசனை இல்லை — தராசு.

இதுதான் ஒப்பீடோட சூட்சுமம். சொல்றவங்க பக்கம் அது சின்ன வார்த்தை; கேட்கிறவங்க பக்கம் அது எடைக்கல்லு.

❖ ❖ ❖

நாம மட்டும் இதுல விதிவிலக்கா? நேர்மையா யோசிச்சுப் பார்ப்போம்.

தெருவுல ஒருத்தர் புது வண்டியில போறாங்க, மனசு சட்டுனு நம்ம வண்டியை நினைச்சுப்

பார்க்குது. யாரோ ஒருத்தர் நல்லா பாடுறாங்க: "நமக்கு இது வராதே"ன்னு ஒரு சின்ன வலி. சொந்தக்காரங்க வீட்டு விசேஷத்துல, யாரோட பிள்ளை என்ன படிக்குது, யாரு எங்க இருக்காங்கன்னு பேச்சு ஓடும்போது, நம்ம மனசும் சத்தம் இல்லாம கணக்குப் போட்டுக்கிட்டுதான் இருக்கு.

இதுல வெக்கப்பட எதுவும் இல்லை. தராசு கையில இருக்கிற வரைக்கும், அது அளந்துக்கிட்டேதான் இருக்கும், அது அதோட வேலை. நம்ம வேலை அதைத் திட்டுறது இல்லை; ஒரு தடவை, "இதோ, இப்போ ஒப்பிட்டுக்கிட்டு இருக்கேன்"னு அன்பா கவனிக்கிறதுதான்.

கவனிச்ச அந்த நொடியில ஒரு விஷயம் தெளிவா தெரியும், ஒப்பீட்டுல நாம எப்பவுமே தோத்துக்கிட்டேதான் இருப்போம். ஏன்னா உலகத்துல எப்பவுமே யாராவது ஒருத்தர் நம்மளை விட ஏதோ ஒரு விஷயத்துல முன்னாடி இருப்பாங்க. ஓட்டத்துக்கு முடிவே கிடையாது. கோடு எப்பவும் நகர்ந்துக்கிட்டே இருக்கும்.

அப்போ ஜெயிக்கிற வழியே இல்லையா?

இருக்கு. ஆனா அது வேகமா ஓடுறதுல இல்லை, ஓட்டத்தை விட்டு இறங்குறதுல இருக்கு.

❖ ❖ ❖

ஒப்பிடாம இருக்கவே முடியாதுன்னா, ஒரே ஒரு ஒப்பீடு மட்டும் நியாயமானது, நேத்து இருந்த நம்மளோட, இன்னைக்கு இருக்கிற நம்மளை ஒப்பிடுறது.

நேத்தை விட இன்னைக்கு கொஞ்சம் பொறுமையா இருந்தோமா? நேத்து தெரியாத ஒரு விஷயம் இன்னைக்குத் தெரிஞ்சுதா? நேத்து சொல்ல முடியாத ஒரு "சாரி" இன்னைக்கு சொல்ல முடிஞ்சுதா? இந்தக் கணக்குல தோல்வியே கிடையாது. ஏன்னா இங்க போட்டியாளர் வேற யாரும் இல்லை; நாமதான்.

அந்தப் பிள்ளையோட மயில் ஞாபகம் இருக்கா? அதுக்கு உண்மையில தேவைப்பட்டது ஒப்பீடு இல்லை: "நேத்து வரைஞ்சதை விட இன்னைக்கு வாலு நல்லா வந்திருக்கே!"ங்கிற ஒரு வரிதான். அந்த ஒரு வரி போதும், அந்தப் பிள்ளை நாளைக்கும் வரையும். சந்தோஷமா வரையும்.

நமக்கும் அந்த வரிதான் தேவை. மத்தவங்ககிட்ட இருந்து வராட்டி என்ன, நாமே நமக்குச் சொல்லிக்கலாம்: "நேத்தை விட இன்னைக்கு பரவாயில்லையே."

அவ்வளவுதான். இந்த அத்தியாயத்துல வேற எந்தப் பாடமும் இல்லை.

"அவங்களைப் பாரு"ன்னு சொல்லிச் சொல்லியே பழகின காதுகளுக்கு, "உன்னைப் பாரு, நேத்தை விட இன்னைக்கு"ங்கிற புது வாக்கியத்தை மட்டும் மெதுவா அறிமுகப்படுத்துவோம்.

மத்ததெல்லாம், அதுவா நடக்கும்.

2 - "என்ன நினைப்பாங்களோ?"

வீட்டு விசேஷம் ஒண்ணுல, பாட்டு ஒண்ணு ஒலிக்குது. கால்கள் தாளம் போட ஆரம்பிக்குது. மனசு சொல்லுது: "ஆடலாமா?"

அடுத்த நொடியே இன்னொரு குரல்: "வேணாம். நாலு பேரு என்ன நினைப்பாங்க?"

கால்கள் அமைதியாகிடுது. நாம நாற்காலியிலேயே உட்கார்ந்து, ஆடுறவங்களைப் பார்த்து கை மட்டும் தட்டுறோம். உள்ளுக்குள்ள ஆசை அப்படியேதான் இருக்கு, வெளிய வர மட்டும் அனுமதி இல்லை.

இந்தக் காட்சி நமக்கு எவ்வளவு பரிச்சயம்!

சத்தமா சிரிக்கணும்னு தோணும்: "என்ன நினைப்பாங்களோ"ன்னு அடக்கிக்குவோம். ஒரு சந்தேகம் கேட்கணும்னு இருக்கும்: "இதுகூடத் தெரியாதான்னு நினைப்பாங்களோ"ன்னு வாயை மூடிக்குவோம். பிடிச்ச உடுப்பு ஒண்ணு இருக்கும்: "இந்த வயசுல இதையா

போடுறதுன்னு சொல்லுவாங்களோ"ன்னு பீரோவுக்குள்ளேயே வெச்சிருப்போம்.

ஒரு நாள்ல இப்படி எத்தனை சின்னச் சின்ன ஆசைகள், "என்ன நினைப்பாங்களோ"ங்கிற ஒரே கேள்வியில, யாருக்கும் தெரியாம அடங்கிப் போகுது!

❖ ❖ ❖

சரி, இந்தக் கேள்விக்குப் பின்னாடி நிஜமா என்ன இருக்குன்னு கொஞ்சம் அருகில போய் பார்ப்போம்.

நாம ஒரு கூட்டத்துக்குப் போயிருக்கோம்னு வெச்சுக்குவோம். அங்க நமக்கு ஒரு சின்ன சங்கடம், வந்த உடுப்பு சரியில்லையோ, பேசினது தப்பா போச்சோன்னு. அன்னைக்கு ராத்திரி முழுக்க நமக்கு அந்த யோசனைதான்.

இப்போ கேள்வி இதுதான்: அதே கூட்டத்துல இருந்த மத்தவங்க, வீட்டுக்குப் போய், நம்மளப் பத்தி எவ்வளவு நேரம் யோசிச்சிருப்பாங்க?

நேர்மையான பதில் — கிட்டத்தட்ட பூஜ்யம்.

ஏன்னா அவங்க ஒவ்வொருத்தரும் அவங்க அவங்க விஷயத்தை யோசிச்சுக்கிட்டு இருந்தாங்க: "நான் பேசினது சரியா போச்சா?

என் உடுப்பு எப்படி இருந்துச்சு? அவங்க என்னை என்ன நினைச்சாங்களோ?"

இதுதான் இந்த விஷயத்தோட பெரிய நகைச்சுவை. எல்லாரும் பார்வையாளர்களுக்குப் பயந்து நடிச்சுக்கிட்டு இருக்காங்க, ஆனா அரங்குல பார்வையாளர்களே இல்லை. எல்லாரும் மேடையிலதான் இருக்காங்க, அவங்க அவங்க நடிப்பை நினைச்சு டென்ஷன் ஆகிக்கிட்டு.

நம்மளை எல்லாரும் கவனிக்கிறாங்கன்னு நாம நினைக்கிறோம். நிஜத்துல, எல்லாரும் அவங்களைத்தான் கவனிச்சுக்கிட்டு இருக்காங்க.

❖ ❖ ❖

இதை இன்னும் அழகா சொல்ற ஒரு சின்ன அனுபவம் — நமக்கே நடந்திருக்கும்.

ரெண்டு வருஷம் முன்னாடி நாம எங்கயோ ஒரு இடத்துல தடுமாறிப் பேசினது, இடறி விழுந்தது, தப்பா ஒரு வார்த்தை சொன்னது, நமக்கு இன்னும் நல்லா ஞாபகம் இருக்கு. நினைச்சா இப்பவும் சங்கடமா இருக்கு.

ஆனா அன்னைக்கு அங்க இருந்த யாரையாவது இன்னைக்குப் போய், "அன்னைக்கு நான் அப்படிப் பண்ணினேனே, ஞாபகம் இருக்கா?"ன்னு கேட்டா, பெரும்பாலும் அவங்க முழிப்பாங்க: "அப்படியா? எப்போ? எனக்கு ஞாபகமே இல்லையே."

நம்ம மனசுல பெரிய கல்லா உக்கார்ந்திருக்கிற அந்தச் சம்பவம், மத்தவங்க மனசுல ஒரு சின்னத் தூசா கூட மிச்சம் இல்லை. நாம மட்டும்தான் அதை இத்தனை வருஷமா தூக்கிக்கிட்டு நடந்திருக்கோம்.

அப்படின்னா இத்தனை நாள் நாம பயந்தது யாருக்கு? வெளியில இருக்கவங்களுக்கு இல்லை, நம்ம மனசுக்குள்ளேயே உட்கார்ந்திருக்கிற அந்த "நாலு பேரு"க்குதான். அவங்களுக்கு நிஜ உலகத்துல முகவரியே கிடையாது.

❖ ❖ ❖

இன்னொரு பக்கமும் பார்க்கணும் — அப்போதான் நியாயம்.

"என்ன நினைப்பாங்களோ"ங்கிற கேள்வி முழுக்க முழுக்க எதிரி இல்லை. கொஞ்சம் அளவுல அது நமக்கு உதவியும் பண்ணியிருக்கு. நாலு பேரு மனசை நோகடிக்காம பேசக்

கத்துக்கொடுத்தது அதுதான். இடம் பார்த்து நடந்துக்கச் சொல்லிக்கொடுத்ததும் அதுதான். அந்த அளவுல அது ஒரு நல்ல காவலாளி.

பிரச்சனை எல்லாம், காவலாளி எஜமான் ஆகிடும்போதுதான். வாசல்ல நிக்க வேண்டியவரு வீட்டுக்குள்ள வந்து, எதை உடுத்தணும், எதைப் பேசணும், எப்போ சிரிக்கணும், எந்த ஆசையை நடத்தணும்னு எல்லா முடிவும் அவரே எடுக்க ஆரம்பிச்சா, அப்புறம் அந்த வீட்டுல நமக்கு இடமே இல்லாம போயிடுது.

வித்தியாசம் ரொம்ப சிம்பிள். ஒரே கேள்விக்கு மனசுக்குள்ள இரண்டு குரல் இருக்கு, கொஞ்சம் காது கொடுத்து கேட்டுப் பாருங்க:

> ***அக்கறை:*** *இது மத்தவங்களை நோகடிக்குமா?*
>
> ***சிறை:*** *இது மத்தவங்களுக்கு எப்படித் தெரியுமோ?*

இரண்டும் ஒரே மாதிரி கேள்வி போல தொனிக்கும். ஆனா முதலாவது நம்மை நல்லவங்களா ஆக்குது; இரண்டாவது நம்மை சின்னவங்களா ஆக்குது. அடுத்த தடவை மனசுக்குள்ள ஒரு தயக்கம் வரும்போது, எந்தக் குரல் பேசுதுன்னு ஒரு நொடி கேட்டுப்பாருங்க.

அக்கறையை வெச்சுக்குவோம். சிறையை மட்டும் மெதுவா திறப்போம்.

❖ ❖ ❖

எப்படித் திறக்கிறது? பூட்டை ஒரே நாள்ல உடைக்க வேண்டாம். ஒரு சின்ன சாவி போதும்.

அடுத்த தடவை மனசுக்குள்ள "என்ன நினைப்பாங்களோ?"ன்னு கேள்வி எழும்போது, அதுக்கு பதில் சொல்ற முன்னாடி, நாம ஒரு எதிர்க்கேள்வி கேட்டுப் பார்ப்போம்:

"யாரு? அவங்க யாரு? எத்தனை பேரு?"

பெரும்பாலான நேரம், அந்தக் கேள்விக்கு மனசுகிட்ட தெளிவான பதில் இருக்காது. முகம் தெரியாத, பேரு தெரியாத, ஒரு கூட்டம்தான் அங்க இருக்கும். அவ்வளவுதான் அது. நம்ம சந்தோஷத்தை நிறுத்தி வெச்சிருக்கிற அந்தக் கமிட்டியில உறுப்பினர்களே இல்லை.

அது புரிஞ்ச நாள்ல, விசேஷத்துல பாட்டு ஒலிக்கும்போது, கால்கள் தாளம் போடும்போது, ஒரு அடி எடுத்து வெச்சுப் பார்ப்போம். ஆட்டம் அழகா இருக்கணும்ங்கிற அவசியமே இல்லை. நம்ம சந்தோஷத்துக்கு நாம ஆடுறோம், பார்க்கிறவங்க சிரிச்சா, அது அவங்க

சந்தோஷம். ரெண்டு பேருமே சந்தோஷப்படுற ஒரு காட்சியில, தோத்தது யாரு?

யாருமே இல்லை.

அன்னைக்கு அந்த அரங்குல ஒரு விஷயம் நிரூபணம் ஆகும்: "என்ன நினைப்பாங்களோ"ங்கிற கேள்விக்கு பயப்படாத ஒரு மனசு, உலகத்துலேயே இருக்கிற லேசான பொருள்.

அதோட எடையை ஒரு தடவை பார்த்துட்டா, அப்புறம் யாரும் நம்மளை பழைய சிறைக்குள்ள அனுப்ப முடியாது.

3 - முதல் பார்வை

புது இடத்துல, புது ஆளு ஒருத்தர் அறிமுகம் ஆறாங்க.

அஞ்சே நிமிஷம். அவங்க உடுப்பு, பேசுற விதம், சிரிப்பு, நடை, இவ்வளவை வெச்சு நம்ம மனசு ஒரு அறிக்கை தயார் பண்ணி முடிச்சிடுது: "இவரு கொஞ்சம் கர்வம். இவங்க ரொம்ப சாது. இவரு நல்ல ஆளு மாதிரி தெரியுது. இவங்ககிட்ட கொஞ்சம் பார்த்துப் பழகணும்."

யாரும் நம்மகிட்ட அறிக்கை கேட்கலை. ஆனா மனசு எழுதி முடிச்சாச்சு. அதுவும் எவ்வளவு நம்பிக்கையோட எழுதுது தெரியுமா, அஞ்சு நிமிஷப் பார்வையை வெச்சு, ஒரு முழு மனுஷனையே தீர்மானம் பண்ணிடுது.

ஒரு ஆயிரம் பக்கப் புத்தகத்தோட அட்டையை மட்டும் பார்த்துட்டு, "கதை எனக்குப் புரிஞ்சுது"ன்னு சொல்ற மாதிரிதான் இது. ஆனா நாம தினமும் இதைத்தான் பண்ணிக்கிட்டு இருக்கோம், புத்தகங்கள்கிட்ட இல்லை, மனுஷங்ககிட்ட.

❖ ❖ ❖

இந்த அறிக்கைகள் எவ்வளவு தூரம் சரியா இருக்கு? நம்ம சொந்த அனுபவத்தையே கேட்டுப் பார்ப்போம்.

நம்மளோட இப்போ ரொம்ப நெருக்கமா இருக்கிற ஒருத்தரை நினைச்சுப் பார்ப்போம், ஒரு நல்ல நண்பர், நெருங்கின உறவு, யாரா இருந்தாலும் சரி. அவங்களை முதல் தடவை பார்த்தப்போ நாம என்ன நினைச்சோம்?

நிறைய பேருக்கு இந்தக் கேள்விக்கு பதில் சிரிப்புதான். "முதல்ல இவங்களை எனக்குப் பிடிக்கவே இல்லை." "ரொம்ப கர்வம்னு நினைச்சேன்." "அப்பப்பா, இவங்ககிட்ட பேசவே முடியாதுன்னு விலகியே நின்னேன்."

இன்னைக்கு அதே ஆளுதான் நம்ம வாழ்க்கையில இல்லாம முடியாத ஆளா இருக்காங்க.

அப்படின்னா அன்னைக்கு அந்த முதல் அறிக்கை எழுதினதே தப்பா? முழுக்கத் தப்பு இல்லை, அவசரம், அவ்வளவுதான். அமைதியா இருந்தவங்களை "கர்வம்"னு எழுதிடுச்சு. கூச்சத்தை "எடுத்துக்காதவங்க"ன்னு எழுதிடுச்சு. அன்னைக்கு அவங்க மனசுல என்ன பாரம் இருந்துச்சோ, அதையெல்லாம் கணக்குல

எடுக்காம, வெளிய தெரிஞ்சதை மட்டும் வெச்சு முடிவு போட்டுடுச்சு.

முதல் பார்வை பொய் சொல்லாது, ஆனா அது முழுசா சொல்லவும் சொல்லாது. அதுதான் ஆபத்து.

❖ ❖ ❖

இப்போ இதே விஷயத்தோட மறுபக்கம், இது கொஞ்சம் நெருடலான பக்கம்.

நாம மத்தவங்களை அஞ்சு நிமிஷத்துல அளக்கிறோம்னா, மத்தவங்களும் நம்மளை அஞ்சு நிமிஷத்துலதான் அளந்திருக்காங்க.

எங்கயோ ஒரு இடத்துல, யாரோ ஒருத்தர் மனசுல, நாம ஒரு "கர்வக்காரரா" இருக்கலாம், நமக்கு அன்னைக்கு உடம்பு சரியில்லாம அமைதியா இருந்தோம்ங்கிறது அவங்களுக்குத் தெரியாது. இன்னொருத்தர் மனசுல நாம "அலட்சியமான ஆளா" இருக்கலாம், அன்னைக்கு நம்ம மனசு வேற எங்கயோ கவலையில இருந்துச்சுன்னு அவங்களுக்குத் தெரியாது.

இது தெரியும்போது கொஞ்சம் வருத்தமாத்தான் இருக்கு. "அட, நான் அப்படி இல்லையே!"ன்னு சொல்லத் தோணுது.

ஆனா அதே வருத்தம்தான் நமக்கு ஒரு பெரிய உண்மையையும் கத்துக்கொடுக்குது, நாம மனசுல "இப்படித்தான்"னு எழுதி வெச்சிருக்கிற ஒவ்வொருத்தரும், ஒருவேளை அதே மாதிரி சொல்லிக்கிட்டு இருக்கலாம்: "அட, நான் அப்படி இல்லையே."

நமக்கு அந்த நியாயம் வேணும்னா, அவங்களுக்கும் அது வேணும்தானே?

❖ ❖ ❖

அப்போ முதல் பார்வையே வேணாமா? பார்த்ததும் எதுவுமே நினைக்காம இருக்கணுமா?

அது முடியாது, மனசோட இயல்பு அது. புது ஆளைப் பார்த்ததும் ஒரு எண்ணம் வரத்தான் செய்யும். அதை நிறுத்த முடியாது; நிறுத்தவும் வேண்டாம்.

செய்யக்கூடியது ஒரே ஒரு சின்ன விஷயம்தான், அந்த எண்ணத்தை "முடிவு"ன்னு எழுதாம, "முதல் குறிப்பு"ன்னு எழுதி வெக்கிறது.

முடிவுக்கும் குறிப்புக்கும் ஒரு வித்தியாசம் இருக்கு. முடிவு கதவை மூடிடுது: "இவரு இப்படித்தான், அவ்வளவுதான்." குறிப்பு கதவைத்

திறந்தே வெச்சிருக்கு: "இப்போதைக்கு இப்படித் தெரியுது; மேலே பார்ப்போம்."

அதே ஆளு, அதே அஞ்சு நிமிஷம், ஆனா ரெண்டாவது வழியில, அந்த மனுஷனுக்கு இன்னும் வாய்ப்பு இருக்கு. முதல் பக்கத்தை படிச்சாச்சு; புத்தகம் இன்னும் கையிலதான் இருக்கு.

❖ ❖ ❖

கடைசியா ஒரு சின்ன ஆறுதல், இது இந்த அத்தியாயத்தோட மையம்.

நாம யாரோ ஒருத்தரோட மனசுல தப்பான முதல் பார்வையா பதிவாகியிருக்கலாம்ங்கிறது நினைக்கும்போது கஷ்டமா இருக்கும். ஆனா அதுல நம்ம கையில இருக்கிறது ரொம்பக் குறைவு. எல்லார் மனசுலயும் நல்லா தெரியணும்னு ஓடிக்கிட்டே இருந்தா, அந்த ஓட்டத்துக்கு முடிவே இல்லை.

நம்ம கையில இருக்கிறது ஒண்ணேதான், நம்ம பக்கம் நேர்மையா இருக்கிறது. நேரம் ஆக ஆக, நிஜம் மெதுவா வெளிய வந்துடும். நம்மளை அன்னைக்கு "கர்வம்"னு நினைச்சவங்க, பழகப் பழக "அட, இவரு இப்படி இல்லையே"ன்னு அவங்களா திருத்திக்குவாங்க. அது அவங்க

வேகத்துல நடக்கட்டும். நாம நடிச்சு அவசரப்படுத்த வேண்டாம்.

முதல் பார்வை ஒரு பென்சில் கோடு மாதிரி, அழுத்தமா தெரியும், ஆனா அழிக்க முடியாதது இல்லை.

மத்தவங்க நம்ம மேல போட்ட கோடுகளை நேரம் அழிக்கட்டும். நாம மத்தவங்க மேல போட்ட கோடுகளை மட்டும், நம்ம கையாலேயே, மெதுவா அழிச்சுப் பழகுவோம்.

பகுதி 2 - தராசின் விளையாட்டுகள்

❖ ❖ ❖

4 - பிம்பம் என்ற சுமை

புது இடத்துக்குக் குடி போயிருக்கோம். பக்கத்து வீட்டுலேர்ந்து ஒருத்தர் அறிமுகத்துக்கு வராங்க.

அந்த நொடியில நம்ம மனசுக்குள்ள ஒரு சின்ன கூட்டம் நடக்குது, நமக்கே தெரியாம. "இவங்ககிட்ட நாம எப்படித் தெரியணும்? படிச்சவங்கன்னு தெரியணும். நல்ல குடும்பம்னு தெரியணும். எளிமையானவங்கன்னு தெரியணும், ஆனா ஏழைன்னு நினைச்சிடக்கூடாது. பழகுறவங்கன்னு தெரியணும், ஆனா அளவுக்கு அதிகமா நெருங்கிடக்கூடாது."

கூட்டம் ஒரு நிமிஷத்துல முடியுது. தீர்மானம் நிறைவேறுது. அப்புறம் நாம பேச ஆரம்பிக்கிறோம், நாமா இல்லை; அந்தத் தீர்மானம் பேசுது.

குரல் கொஞ்சம் மாறுது. வார்த்தைகள் கொஞ்சம் தேர்ந்தெடுக்கப்படுது. சொல்ல வேண்டிய விஷயங்கள், சொல்லக்கூடாத விஷயங்கள்னு ஒரு பட்டியல் தானா வேலை செய்யுது.

இதுக்குப் பேருதான் பிம்பம். நாம எப்படி இருக்கோம்ங்கிறது இல்லை, எப்படித் தெரியணும்னு நாமே தீர்மானம் பண்ணி, தூக்கிக்கிட்டு நடக்கிற ஒரு உருவம்.

❖ ❖ ❖

பிம்பம் கட்டுறது ஒரு நாள் வேலை. தாங்குறதுதான் வாழ்நாள் வேலை.

ஏன்னா பிம்பத்துக்கு ஒரு விதி இருக்கு, அது ஒரு தடவை காட்டினா போதாது; எப்பவும் காட்டிக்கிட்டே இருக்கணும். "நான் ரொம்ப தைரியமானவன்"னு ஒரு தடவை காட்டிட்டா, அப்புறம் பயம் வர்ற இடத்துல எல்லாம் அதை மறைக்கணும். "எனக்கு எல்லாம் தெரியும்"னு ஒரு தடவை நிறுவிட்டா, அப்புறம் "தெரியலை"ன்னு சொல்ற வாய்ப்பே இல்லாம போயிடுது. "நான் எப்பவும் சந்தோஷமானவங்க"ன்னு ஒரு புன்னகையை மாட்டிக்கிட்டா, அப்புறம் கஷ்டமான நாள்லயும் அதை கழட்ட முடியாது.

வீட்டுக்குள்ள ஒரு அறை, விருந்தாளிங்க வர்றப்போ மட்டும் சுத்தம் பண்ணி வெச்சிருக்கிற அறை மாதிரி, பிம்பம் இருக்கிற வரைக்கும், யாராவது எப்போ

வருவாங்களோங்கிற விழிப்புலேயே இருக்கணும். ஓய்வே கிடையாது.

அதான் பிம்பத்தோட உண்மையான விலை. அது பணத்துல இல்லை — களைப்புல இருக்கு.

❖ ❖ ❖

இங்க ஒரு நியாயமான கேள்வி எழும்: "அப்போ நல்லா நடந்துக்கிறதும் தப்பா? நாகரிகமா பேசுறதும் நடிப்பா?"

இல்லவே இல்லை. இட நாகரிகம் வேற, பிம்பம் வேற.

இடத்துக்குத் தகுந்த மாதிரி நடந்துக்கிறது மரியாதை, வீட்டுல பேசுற மாதிரி எல்லா இடத்துலயும் பேச முடியாது; அது எல்லாருக்கும் தெரிஞ்ச சமூக அழகு. அதுல களைப்பு இல்லை, ஏன்னா அங்க நாம எதையும் மறைக்கலை, அளவைத்தான் மாத்திக்கிறோம்.

பிம்பம் அப்படி இல்லை. அங்க அளவு இல்லை, ஆளே மாறிடுறோம். இல்லாத ஒண்ணை இருக்குன்னு காட்டுறோம்; இருக்கிற ஒண்ணை இல்லைன்னு மறைக்கிறோம். அந்த மறைப்புதான் சுமை.

எளிமையா சொன்னா, நாகரிகம்: நம்ம நல்ல பக்கத்தை முன்னாடி வெக்கிறது. பிம்பம்: இல்லாத ஒரு ஆளை முன்னாடி நிறுத்துறது.

❖ ❖ ❖

அப்படி நிறுத்துனா என்ன ஆகுது? ரெண்டே விஷயம்தான் — ரெண்டுமே வருத்தமானது.

ஒண்ணு: பிம்பத்தை நம்பினவங்க, பிம்பத்தைத்தான் நேசிக்கிறாங்க, நம்மளை இல்லை. "எல்லாம் தெரிஞ்சவரா" நம்மளை நம்பினவங்க, நம்மகிட்ட வர்றது ஆலோசனை கேட்கத்தான்; நம்ம சோர்வைப் பகிர்ந்துக்க இல்லை. "எப்பவும் சிரிக்கிறவங்க"ன்னு நம்மளை நம்பினவங்க, நம்ம கண்ணீரை எதிர்பார்க்கவே மாட்டாங்க. கடைசியில, நாலு பக்கமும் ஆளுங்க இருந்தும், நம்மளை நிஜமா தெரிஞ்சவங்க யாருமே இல்லாத ஒரு தனிமை வந்து சேருது.

ரெண்டு: எப்பவாவது நிஜம் வெளிய தெரிஞ்சா, விழுறது நம்ம குறை இல்லை, பிம்பம்தான். ஆனா அந்த வலி நமக்குத்தான்.

பிம்பமே இல்லாட்டி இந்த ரெண்டு வலியுமே இல்லை. விழ ஒண்ணும் இல்லைன்னா, விழுந்திடுவோமோங்கிற பயமும் இல்லை.

❖ ❖ ❖

பிம்பம் சில வாழ்க்கைகள்ல இன்னும் ஒரு படி மேல போயிடுது, அதையும் இங்கேயே பேசிடணும்.

சிலருக்கு வாழ்க்கையோட மையமே அதுவா ஆகிடுது. "நம்ம வீட்டுப் பேரு, நம்ம நிலை, நம்ம தோற்றம்", இந்த ஒரே யோசனையிலதான் எல்லா முடிவும் நடக்குது. மத்தவங்க எல்லாரும் தங்களை விட கீழேங்கிற ஒரு பார்வை மெதுவா வந்து உட்கார்ந்துக்குது. ஒரு கட்டத்துல, கூட வாழ்றவங்க சந்தோஷத்தை விட, வெளியில தெரியுற கௌரவம்தான் பெருசாயிடுது, குடும்பத்துக்காகக் கூட இல்லாம, பிம்பத்துக்காகவே ஓடுற ஓட்டமா வாழ்க்கை மாறிடுது.

வெளியிலேர்ந்து பார்க்கிறவங்களுக்கு அது கர்வமா, சுயநலமா தெரியும். ஆனா உள்ள இருக்கிறது அதே பழைய பயம்தான்: "தராசுல குறைஞ்சிடுவோமோ"ங்கிற பயம், அளவு மீறி வளர்ந்து, ஒரு மனுஷனோட வாழ்க்கையையே எடுத்துக்கிட்ட நிலை. அவங்களையும் நாம எடை போட வேண்டாம். ஆனா அந்தப் பாதை எங்க போய் முடியுதுன்னு மட்டும் தெரிஞ்சு

வெச்சுக்குவோம், சுத்தி எல்லாரும் இருப்பாங்க; கூட யாருமே இருக்க மாட்டாங்க.

❖ ❖ ❖

இதோட நேர் எதிர்ப் பக்கத்தையும் நாம பார்த்திருக்கோம், நினைச்சுப் பார்த்தா தெரியும்.

நம்ம வாழ்க்கையில நாம சந்திச்சவங்கள்ல, நம்ம மனசுக்கு ரொம்ப நெருக்கமா, ரொம்ப நிம்மதியா இருந்தவங்க யாரு? கெத்தா பேசினவங்களா? எல்லாம் தெரிஞ்ச மாதிரி இருந்தவங்களா?

இல்லை. "எனக்கு அது தெரியாது, சொல்லிக்கொடேன்"னு சிரிச்சுக்கிட்டே கேட்டவங்க. "அன்னைக்கு நான் பயந்துட்டேன் பா"ன்னு சொன்னவங்க. இருக்கிறதை இருக்கிற மாதிரியே சொன்னவங்க.

அவங்ககிட்ட பேசும்போது நமக்கு ஏன் அவ்வளவு நிம்மதி? அவங்க எதையும் தூக்கிக்கிட்டு நிக்கலை, அதனால நாமும் எதையும் தூக்க வேண்டியதில்லை. அவங்க இறக்கி வெச்சாச்சு; நம்ம சுமையையும் இறக்கி வெக்க அவங்க அருகில தைரியம் வருது.

அப்படின்னா உண்மை இதுதான், எளிமை பலவீனம் இல்லை. அதுதான் மத்தவங்களுக்கு நாம குடுக்கக்கூடிய பெரிய நிம்மதி. இருக்கிற மாதிரியே இருக்கிற ஒரு மனுஷன் பக்கத்துல, எல்லாருமே கொஞ்சம் நிஜமாகிடுறாங்க.

❖ ❖ ❖

பிம்பத்தை ஒரே நாள்ல கழட்டி வெக்கணும்ங்கிற அவசரம் வேண்டாம். வருஷக்கணக்கா தூக்கினதை ஒரே நாள்ல இறக்க முடியாது; இறக்கவும் தேவை இல்லை.

ஒரு சின்ன இடத்துல ஆரம்பிச்சா போதும். அடுத்த தடவை யாராவது ஒரு விஷயம் பேசும்போது, அது நமக்குத் தெரியாதுன்னா: "தெரியாதே, என்னது அது?"ன்னு ஒரு தடவை சொல்லிப் பார்ப்போம்.

அவ்வளவுதான். வானம் இடிஞ்சு விழாது. மரியாதை குறைஞ்சிடாது. நேர் மாறா, கேட்டவங்க முகத்துல ஒரு நெருக்கம் தெரியும்: "அட, இவங்ககிட்ட நிஜமா பேசலாம்"னு.

அந்த ஒரு நொடியில புரியும், இத்தனை நாளா பிம்பத்தை நாம பாதுகாக்கலை; பிம்பம்தான் நம்மளை உலகத்துகிட்ட இருந்து மறைச்சு வெச்சிருந்திருக்கு.

திரையை கொஞ்சம் விலக்கினா, வெளிச்சம் உள்ளயும் வரும்; நாம வெளியயும் தெரிவோம்.

ரெண்டுமே நல்லதுதான்.

5 - பெருமைப் பேச்சின் பின்னால்

எல்லார் வாழ்க்கையிலயும் இப்படி ஒரு ஆளு இருப்பாங்க.

எந்த விஷயம் பேசினாலும், அவங்க கதை அதை விட ஒரு படி மேல இருக்கும். நாம ஒரு ஊருக்குப் போயிட்டு வந்தோம்னா, அவங்க அதுக்கு முன்னாடியே ரெண்டு தடவை போயிருப்பாங்க. நம்ம வீட்டுல ஒரு விசேஷம்னா, அவங்க வீட்டு விசேஷம் இன்னும் பெருசா இருந்திருக்கும். உடம்பு சரியில்லைன்னு சொன்னா கூட, அவங்க அனுபவிச்ச வலி நம்ம வலியை விட பெருசா இருக்கும்.

கேட்டுக் கேட்டு, ஒரு கட்டத்துல நமக்கு சிரிப்பும் வரும், எரிச்சலும் வரும். "இவருக்கு எப்பவும் எல்லாம் பெருசுதான்"னு மனசுல ஒரு முத்திரை போட்டுடுவோம்.

இந்த அத்தியாயம் அந்த முத்திரையை ஒரு தடவை எடுத்து, பின்னாடி என்ன இருக்குன்னு பார்க்கிற முயற்சிதான்.

❖ ❖ ❖

முதல்ல ஒரு எளிமையான கேள்வி, நிம்மதியான மனசுக்கு விளம்பரம் தேவைப்படுமா?

வயிறு நிறைய சாப்பிட்டவங்க "நான் சாப்பிட்டேன், நான் சாப்பிட்டேன்"னு தெருவுல சொல்லிக்கிட்டு நடக்கிறது இல்லை. நிஜமா நிறைவா இருக்கிற எதுவும் சத்தம் போடுறது இல்லை, நிறைவோட இயல்பே அமைதிதான்.

அப்படின்னா, ஓயாம சத்தம் போடுற ஒரு பேச்சுக்குப் பின்னாடி இருக்கிறது நிறைவா இருக்க வாய்ப்பே இல்லை. வேற ஏதோ இருக்கு.

அது என்னன்னு தெரிஞ்சுக்க, நாம வெகுதூரம் போக வேண்டாம், நம்மையே பார்த்தா போதும். நாம எப்போ பெருமை பேசியிருக்கோம்?

நிதானமா யோசிச்சா ஒரு விஷயம் தெரியும், நாம நிம்மதியா, நிறைவா இருந்த நாள்ல பெருமை பேச வேண்டிய அவசியமே வந்தது இல்லை. பெருமை வந்து சேர்ந்த இடமெல்லாம், உள்ளுக்குள்ள ஏதோ ஒரு தட்டு தாழ்ந்துகிட்டு இருந்த இடம்தான். யாரோ நம்மளை சின்னதா நினைச்சிடுவாங்களோங்கிற சந்தேகம் வந்த இடத்துலதான், நம்ம வாய் நம்மளை பெருசா காட்ட ஆரம்பிச்சிருக்கு.

அப்படின்னா பெருமைப் பேச்சு கர்வத்தோட குரல் இல்லை. பயத்தோட குரல். "என்னைக் குறைச்சு எடை போட்டுடாதீங்க, ப்ளீஸ்"னு ஒரு மனசு கெஞ்சுற விதம்தான் அது, வார்த்தை மட்டும் வேற மாதிரி இருக்கு.

❖ ❖ ❖

இது புரிஞ்சதும், ஆரம்பத்துல பார்த்த அந்த ஆளுகிட்ட திரும்பிப் போவோம், எல்லாத்தையும் பெருசா சொல்ற அந்த ஆளு.

இப்போ அவங்க பேச்சு கொஞ்சம் வேற மாதிரி கேட்குது இல்லையா?

"நான் அங்க ரெண்டு தடவை போயிருக்கேன்"ங்கிற வாக்கியத்துக்குப் பின்னாடி, "நானும் முக்கியமான ஆளுதான், என்னையும் கொஞ்சம் மதிச்சுப் பேசுங்க"ங்கிற ஒரு கோரிக்கை நிக்குது. யார்கிட்டயோ, எப்பவோ, அவங்க வேண்டிய அளவு மதிப்பு கிடைக்காம போயிருக்கலாம். அந்தப் பஞ்சம்தான் இன்னைக்கும் அவங்க பேச்சுல வெளிப்படுது.

இது தெரிஞ்சதுக்கு அப்புறம், அவங்க மேல எரிச்சல் வர்றது கஷ்டம் — பாவமாத்தான் இருக்கும்.

அதனால அடுத்த தடவை யாராவது பெருமை அடிக்கும்போது, நம்மால பண்ண முடிஞ்ச ஒரு சின்ன உதவி இருக்கு, போட்டிக்கு நம்ம கதையை எடுக்காம, அவங்க கதையை முழுசா கேட்டுடுறது. "அப்படியா! அப்புறம் என்னாச்சு?"ன்னு ஒரு வார்த்தை.

நமக்கு அது ஒரு நிமிஷ பொறுமை. அவங்களுக்கு அது அன்னைக்கு கிடைச்ச மரியாதை. யாராவது ஒருத்தர் நிறைவா கேட்டா, சத்தம் மெதுவா அதுவே குறையும், சத்தத்தோட வேலையே "யாராவது கேளுங்க"ங்கிறதுதான.

❖ ❖ ❖

இதே தராசை இப்போ நம்ம பக்கமும் ஒரு தடவை திருப்புவோம் — அதுதான் நியாயம்.

நாமளும் எங்கயோ ஒரு இடத்துல, யார்கிட்டயோ, நம்ம விஷயங்களை கொஞ்சம் பெருசாத்தான் சொல்லியிருக்கோம். சொன்னப்போ நமக்கு அது பெருமையா தெரியலை, சந்தோஷத்தைப் பகிர்ற மாதிரிதான் இருந்துச்சு. ஆனா கேட்டவங்க மனசுல அது எப்படி விழுந்துச்சோ, நமக்குத் தெரியாது.

இங்க ஒரு மெல்லிய கோடு இருக்கு, சந்தோஷத்தைப் பகிர்றதுக்கும், பெருமையை நிறுவுறதுக்கும் நடுவுல.

வித்தியாசத்தை கண்டுபிடிக்க ஒரு சின்ன சோதனை: நாம சொல்ற விஷயத்தை, கேட்கிறவங்க வாழ்க்கையோட நிலைமையை நினைச்சு ஒரு தடவை பார்க்கிறது. நம்ம சந்தோஷம் அவங்களுக்கு வலியா மாறக்கூடிய இடமா அது? அவங்களுக்கு கிடைக்காத ஒண்ணை நாம விவரிச்சு விவரிச்சு சொல்லிக்கிட்டு இருக்கோமா?

அப்படின்னா, சந்தோஷம் நிஜமாவே இருந்தாலும், அந்த இடத்துல கொஞ்சம் அமைதி அழகு. சந்தோஷத்தை சொல்லவே கூடாதுன்னு இல்லை, சொல்ற இடத்தையும் அளவையும் அன்பு தீர்மானிக்கட்டும், தராசு தீர்மானிக்க வேண்டாம்.

❖ ❖ ❖

கடைசியா, இந்த அத்தியாயத்தோட மையமான ஆறுதல்.

நம்ம மதிப்பு நம்ம வாயில இல்லை. அது அறிவிப்பு தேவைப்படுற விஷயமும் இல்லை.

நல்ல மணம் உள்ள பூ தன்னை அறிவிச்சுக்கிறது இல்லை, காத்து அதை எடுத்துக்கிட்டு போகுது. நம்ம நல்ல குணம், நம்ம உழைப்பு, நம்ம அன்பு, இதெல்லாம் அப்படித்தான். நாம சொல்லாமலேயே, நம்ம கூட பழகுறவங்களுக்கு அது நாளடைவுல தெரிஞ்சே தீரும். சொல்லிச் சொல்லி நிறுவினது எப்பவுமே நிக்காது; சொல்லாம தெரிஞ்சது எப்பவுமே அழியாது.

அதனால, பெருமை பேசத் தோணுற அந்த நொடியில, அது நம்மகிட்ட வந்தாலும் சரி, மத்தவங்ககிட்ட வந்தாலும் சரி, ஒரே ஒரு விஷயம் மட்டும் ஞாபகம் வெச்சுக்குவோம்:

அங்க பேசிக்கிட்டு இருக்கிறது பெருமை இல்லை; மதிப்புக்காக ஏங்குற ஒரு மனசு.

அந்த மனசுக்கு தேவை பதில் பேச்சு இல்லை, கொஞ்சம் அன்பு. அது நம்ம மனசுன்னா, நாமே கொடுத்துக்கலாம். மத்தவங்க மனசுன்னா, ஒரு பொறுமையான காது போதும்.

ரெண்டுமே பெரிய செலவு இல்லாத விஷயங்கள்தான். ஆனா ரெண்டுமே ஒரு மனுஷனை அன்னைக்கு நிம்மதியா தூங்க வைக்கும்.

6 - திரைக்குள் ஒரு வாழ்க்கை

ராத்திரி. வேலையெல்லாம் முடிஞ்சு படுத்தாச்சு. தூங்குறதுக்கு முன்னாடி "ஒரு அஞ்சு நிமிஷம்"னு கைபேசியை எடுக்கிறோம்.

விரல் மேலேர்ந்து கீழே தள்ளிக்கிட்டே போகுது. ஒருத்தர் மலை உச்சியில நின்னு புகைப்படம். இன்னொருத்தர் வீட்டுல புது சமையல். யாரோ ஊர் சுத்திட்டு வந்திருக்காங்க. யாரோட பிள்ளையோ பரிசு வாங்கியிருக்கு. யாரோ புது வீடு, புது வண்டி, புது உடுப்பு, பிறந்தநாள், விழா, சிரிப்பு, வெளிச்சம்...

அஞ்சு நிமிஷம்னு எடுத்தது எப்போவோ அரை மணி நேரம் ஆகியிருக்கு. கைபேசியை கீழ வெச்சிட்டு விட்டத்தைப் பார்க்கிறோம். தூக்கம் வர மாட்டேங்குது.

உடம்புக்கு ஒண்ணும் ஆகலை. ஆனா மனசு ஏதோ கனமா இருக்கு. படுக்கைக்குப் போன அதே ஆளுதான், ஆனா இப்போ நம்ம வாழ்க்கை மட்டும் ஏனோ கொஞ்சம் சின்னதா தெரியுது.

என்ன நடந்துச்சு அந்த அரை மணி நேரத்துல?

❖ ❖ ❖

நடந்தது இதுதான், நம்ம சாதாரண செவ்வாய்க்கிழமையை, நூறு பேரோட பண்டிகை நாளோட ஒப்பிட்டோம்.

கொஞ்சம் நிதானமா யோசிப்போம். திரையில நாம பார்த்ததெல்லாம் என்ன? ஒவ்வொருத்தரோட வாழ்க்கையிலயும் நடந்த மொத்த நாள்களா? இல்லை. ஒவ்வொருத்தரும் அவங்க வாழ்க்கையிலேர்ந்து தேர்ந்தெடுத்து, அழகுபடுத்தி, வெளிச்சம் சரி பார்த்து, நல்லதா ஒரு படம் வர்ற வரைக்கும் எடுத்து, அப்புறம் போட்ட ஒரு நொடிதான்.

மலை உச்சியில நின்ன அந்தப் படத்துக்குப் பின்னாடி, வழி முழுக்க வியர்வையும் களைப்பும் இருந்திருக்கும், அது படமா வரலை. அந்தச் சமையல் படத்துக்கு முன்னாடி ரெண்டு முயற்சி கரிஞ்சு போயிருக்கலாம், அதுவும் படமா வரலை. சிரிச்சுக்கிட்டு நிக்கிற அந்தக் குடும்பத்துல, அந்தப் படம் எடுத்த அன்னைக்கே ஒரு சண்டை நடந்திருக்கலாம் — அது எப்படி படமா வரும்?

யாரும் பொய் சொல்லலை, இது முக்கியம். எல்லாரும் நிஜமான சந்தோஷத்தைத்தான் போட்டாங்க. ஆனா எல்லாரும் சந்தோஷத்தை

மட்டும்தான் போட்டாங்க. அதனால திரையில தெரியுற உலகம், நிஜ உலகமோட சிரிப்பு மட்டும் சேர்ந்த ஒரு தொகுப்பு, கண்ணீரும் களைப்பும் சலிப்பும் நீக்கப்பட்ட பதிப்பு.

அந்தத் தொகுப்போட நம்ம முழு நாளை, காலை அவசரம், மதிய களைப்பு, சின்னச் சின்ன கவலைகள் எல்லாம் சேர்ந்த முழு நாளை, ஒப்பிட்டா, நாம எப்படி ஜெயிக்க முடியும்? இது ஆரம்பத்திலேயே முடிவு தெரிஞ்ச போட்டி.

நம்ம அன்றாட நிஜத்தையும், மத்தவங்க தேர்ந்தெடுத்த நொடிகளையும் ஒப்பிடுறதுதான், தராசு கண்டுபிடிச்சதுலேயே பெரிய அநீதி.

❖ ❖ ❖

திரைக்கு இன்னொரு பக்கமும் இருக்கு — நாம போடுற பக்கம்.

ஒரு நல்ல தருணம் வாழ்க்கையில வருது. அதை அப்படியே அனுபவிக்கிறதுக்கு பதிலா, மனசு கேக்குது: "இதை போடலாமா? போட்டா யாரெல்லாம் பார்ப்பாங்க? என்ன நினைப்பாங்க?"

போட்டாச்சு. அப்புறம் அடுத்த வேலை, திரும்பத் திரும்பப் பார்க்கிறது. யாரு பார்த்தாங்க, யாரு

விரும்பினாங்க, யாரு எதுவும் சொல்லலை. எதிர்பார்த்த அளவு வரலைன்னா ஒரு சின்ன வருத்தம், நடந்த சந்தோஷம் நிஜமாவே இருந்தும், அதோட மதிப்பை இப்போ வேற யாரோ தீர்மானிக்கிறாங்க.

பழைய தராசுதான், புது உருவத்துல. முன்னாடி "நாலு பேரு என்ன நினைப்பாங்க"ன்னு இருந்துச்சு; இப்போ அந்த நாலு பேரு நானூறு பேரு ஆகி, கையில எண்ணிக்கையோட வந்து நிக்காங்க. பழைய காலத்துல நம்மளை எடை போட்டவங்க கண்ணுக்கு முன்னாடி இருந்தாங்க; இப்போ தூங்குற அறை வரைக்கும் கூட வராங்க.

கருவி புதுசு. தராசு பழைசு.

❖ ❖ ❖

அப்போ இதெல்லாம் வேணாமா? கணக்கை அழிச்சிட்டு காட்டுக்குப் போயிடணுமா?

தேவையே இல்லை. திரை ஒரு கருவிதான், தூரத்துல இருக்கவங்களை பார்க்க வைக்குது, பிரிஞ்சவங்களை சேர்க்குது, தெரியாத விஷயங்களை கத்துக்கொடுக்குது. கத்தியை வெச்சு காயும் வெட்டலாம், கைமீறினா காயமும் படலாம், குறை கத்தியில இல்லை, பிடிக்கிற விதத்துல இருக்கு.

பிடிக்கிற விதத்தை சரி பார்க்க, ரெண்டே ரெண்டு சின்னக் கேள்வி போதும்.

பார்க்கும்போது: "இதைப் பார்த்து முடிச்சதும் என் மனசு லேசா இருக்கா, கனமா இருக்கா?", லேசா இருந்தா தாராளமா பார்க்கலாம். தினமும் கனமாத்தான் முடியுதுன்னா, குறை நம்மகிட்ட இல்லை; பார்க்கிறதை மாத்தணும், அவ்வளவுதான்.

போடும்போது: "இந்த நொடியை நான் முதல்ல வாழ்ந்துட்டேனா?", நல்ல தருணங்களை பதிவு பண்றதுல தப்பே இல்லை. ஆனா பதிவுக்காகவே தருணத்தை நடத்துறோமா, தருணம் நடந்ததால பதிவு பண்றோமான்னு வித்தியாசம் தெரிஞ்சிருந்தா போதும்.

❖ ❖ ❖

கடைசியா ஒரு சின்ன நினைவூட்டல், இந்த அத்தியாயத்துல இதை மட்டும் எடுத்துக்கிட்டா போதும்.

இன்னைக்கு நம்ம கண் முன்னாடி இருக்கிற வாழ்க்கை, ஆவி பறக்கிற சாதாரண சாப்பாடு, வீட்டுல கேட்கிற பழக்கமான குரல்கள், ஜன்னல் வழியா விழுற வெயில், இதெல்லாம் திரையில போட்டா ஒரு "லைக்" கூட வாங்காது.

ஆனா இதே காட்சிகள்தான், காலம் கடந்து திரும்பிப் பார்க்கும்போது, "அது நல்ல காலம்"னு நாம ஏங்கப் போற காட்சிகள்.

திரையில இருக்கிறது மத்தவங்க தேர்ந்தெடுத்த நொடிகள். நம்ம கண் முன்னாடி இருக்கிறது நம்ம நிஜமான வாழ்க்கை. எது பெருசு?

அந்தக் கேள்விக்கு பதில் தெரிஞ்ச ஒவ்வொரு ராத்திரியும், கைபேசி கொஞ்சம் சீக்கிரமா கீழ இறங்கும். தூக்கம் கொஞ்சம் சீக்கிரமா வரும்.

மனசும், வெகு நாள் கழிச்சு, தன்னோட சொந்த வாழ்க்கையோட அமைதியா இருக்கும்.

பகுதி 3 - மறு தட்டு:
நாமும் அளக்கிறோம்

❖ ❖ ❖

7 - ஒரு நாள் ஒரு ஆள் இல்லை

வீட்டுல தினமும் அருமையா சமைக்கிற ஒருத்தர், அன்னைக்கு என்னமோ தெரியலை, குழம்புல உப்பு கொஞ்சம் தூக்கலா போயிடுச்சு.

சாப்பிட உட்கார்ந்தவங்கள்ல யாரோ ஒருத்தர் சொல்றாங்க: "இன்னைக்கு என்னாச்சு? சரியில்லையே."

நியாயமான வார்த்தைதான். ஆனா அந்த "இன்னைக்கு என்னாச்சு"ங்கிற ஒரு வரிக்குள்ள, முன்னூறு நாள் நல்லா சமைச்சது எங்கயோ மறைஞ்சு போகுது. அன்னைக்கு நடந்த ஒரு தவறு மட்டும் மேஜை மேல உட்கார்ந்திருக்கு.

சமைச்சவங்க எதுவும் சொல்றது இல்லை. ஆனா மனசுக்குள்ள ஒரு சின்னக் குரல்: "முன்னூறு நாள் நல்லா பண்ணினேனே, அது யாருக்கும் ஞாபகம் இல்லையா?"

❖ ❖ ❖

இது சமையல்கட்டோட கதை மட்டும் இல்லை. இது எல்லா இடத்து கதையும்தான்.

நல்லா படிக்கிற ஒரு பிள்ளை ஒரு தேர்வுல மட்டும் மார்க் குறைஞ்சா, அந்த ஒரு தேர்வுதான் அன்னைக்கு வீட்டுல பேச்சு. எப்பவும் சிரிச்சுப் பேசுற ஒருத்தர் ஒரு நாள் முகம் இறுக்கமா இருந்தா: "இவருக்கு என்ன திமிரு வந்துடுச்சு"ன்னு அன்னைக்கே ஒரு தீர்ப்பு. வருஷக்கணக்கா ஒழுங்கா இருந்த ஒருத்தர் ஒரு தடவை தவறு பண்ணா, அந்த ஒரு தவறுதான் அப்புறம் அவங்க அடையாளம்.

ஏன் இப்படி? நூறு நல்ல நாள்களை விட, ஒரு தவறான நாள் ஏன் மனசுல இவ்வளவு அழுத்தமா உட்காருது?

அது மனசோட ஒரு பழைய பழக்கம், நல்லதை விட, உறுத்துறதுதான் சீக்கிரம் கண்ணுல படும். வெள்ளைத் துணியில ஒரு சின்னக் கறை இருந்தா, நம்ம கண்ணு முதல்ல கறையைத்தான் பார்க்கும், மத்த மொத்த வெள்ளையையும் இல்லை. மனசுக்கும் அதே கண்ணுதான்.

அது இயல்புதான், ஆனா இயல்பா இருக்கிறதெல்லாம் நியாயமா இருக்கணும்னு இல்லை. துணி வெள்ளையா இருக்கிற உண்மையை, ஒரு கறை மாத்திடக் கூடாது இல்லையா?

❖ ❖ ❖

இதோட இன்னொரு பக்கம் நமக்கு நல்லாவே தெரியும், ஏன்னா அந்தப் பக்கத்துல நாம நின்னிருக்கோம்.

நமக்கும் அப்படி ஒரு நாள் வந்திருக்கு. தூக்கம் சரியில்லாத, மனசு சரியில்லாத, எதுவுமே சரி வராத ஒரு நாள். அன்னைக்கு நாம பேசின பேச்சு கடுமையா போயிருக்கும். பண்ண வேண்டிய ஒண்ணு மறந்து போயிருக்கும். எப்பவும் பண்றதை அன்னைக்கு பண்ண முடியாம போயிருக்கும்.

அன்னைக்கு நம்ம மனசு என்ன கேட்டுச்சு?

"இது நான் இல்லை. இன்னைக்கு மட்டும்தான் இப்படி. என்னை இந்த ஒரு நாளை வெச்சு முடிவு பண்ணிடாதீங்க."

அதேதான், அச்சு அசலா அதேதான், மத்தவங்க மனசும் அவங்க கஷ்டமான நாள்ல கேட்குது. உப்பு தூக்கலா போன அன்னைக்கு சமைச்சவங்க மனசும், மார்க் குறைஞ்ச அன்னைக்கு அந்தப் பிள்ளையோட மனசும், முகம் இறுக்கமா இருந்த அன்னைக்கு அந்த ஆளோட மனசும், எல்லாம் கேட்கிறது ஒரே வாக்கியம்தான்: "இந்த ஒரு நாள் நான் இல்லை."

நமக்கு அந்த நியாயம் கிடைக்கணும்னு எவ்வளவு ஆசைப்படுறோமோ, அதே நியாயத்தை மத்தவங்களுக்கும் கொடுக்கிறதுதான் நேர்மை.

❖ ❖ ❖

அப்படி கொடுக்கிறது கஷ்டமும் இல்லை. வாக்கியத்துல ஒரே ஒரு வார்த்தையை மாத்தினா போதும்.

"இவங்க இப்படித்தான்"ங்கிறதுக்கு பதிலா: "இன்னைக்கு இவங்க இப்படி இருக்காங்க."

அவ்வளவுதான். "இப்படித்தான்"னு சொல்லும்போது ஒரு மனுஷனோட மொத்த அடையாளத்தையும் ஒரு நாளோட தவறுக்குள்ள அடைச்சிடுறோம். "இன்னைக்கு"ன்னு சொல்லும்போது, அந்த நாளுக்கு மட்டும் அந்தத் தவறைக் கொடுத்துட்டு, மனுஷனை விடுதலை பண்ணிடுறோம்.

"இவரு எப்பவும் கோபக்காரரர்", வேணாம். "இன்னைக்கு அவருக்கு கோபமா இருக்கு" — போதும்.

"இந்தப் பிள்ளைக்கு படிப்பு வராது", வேணாம். "இந்தத் தேர்வு கஷ்டமா போயிடுச்சு" — போதும்.

வார்த்தை சின்னதுதான். ஆனா அது கொடுக்கிற இடம் பெருசு, நாளைக்கு அந்த ஆளு வேற மாதிரி இருக்க ஒரு வாசல் திறந்து வெச்சிருக்கோம்.

❖ ❖ ❖

இதுல கடைசியா ஒரு அழகான விஷயம் இருக்கு, இந்த நியாயம் ரெண்டு பக்கமும் வேலை செய்யுது.

மத்தவங்களை ஒரு நாளை வெச்சு அளக்கிறதை நிறுத்தும்போது, நம்மகிட்ட இருக்கிற இன்னொரு கடுமையான நீதிபதியும் மெதுவா அமைதியாகுறாரு, நம்மையே அளந்துக்கிட்டு இருக்கிற நீதிபதி.

நமக்கு ஒரு நாள் சரியா அமையாதப்போ, "நான் இவ்வளவுதான், என்னால எதுவும் சரியா பண்ண முடியாது"ன்னு நம்மையே தண்டிக்கிற அந்தக் குரல், அதுவும் இதே தராசோட குரல்தான். மத்தவங்களுக்கு "இன்னைக்கு" கொடுக்கப் பழகின கை, நமக்கும் அதை கொடுக்கக் கத்துக்குது.

"இன்னைக்கு என்னால முடியலை. சரி. நாளைக்கு இருக்கு."

தோட்டத்துல ஒரு நாள் பூ பூக்காதுன்னா செடியை யாரும் பிடுங்கி எறியுறது இல்லை, தண்ணி ஊத்திட்டு அடுத்த நாளுக்கு காத்திருக்காங்க.

மனுஷங்களும் அப்படித்தான். நாமும் அப்படித்தான்.

ஒரு நாள் ஒரு ஆள் இல்லை. எல்லாருக்கும், நம்மையும் சேர்த்து, அடுத்த நாள்ங்கிற ஒண்ணு எப்பவும் இருக்கு.

8 - முழுசாத் தெரியாத மனசுகள்

நம்ம கூடவே வருஷக்கணக்கா வாழ்ற ஒருத்தர், அம்மாவோ, துணையோ, உடன்பிறந்தவங்களோ, உயிர் நண்பரோ, திடீர்னு ஒரு நாள் ஏதோ ஒண்ணு சொல்றாங்க அல்லது பண்றாங்க.

நாம அசந்து போய் நிக்கிறோம். "இத்தனை வருஷமா இவங்களைத் தெரியும்... இப்படி ஒரு விஷயம் இவங்க மனசுல இருந்திருக்கா? எனக்குத் தெரியாமலேயே?"

அன்பான அதிர்ச்சியா இருக்கலாம், இத்தனை நாள் சொல்லாத ஒரு தியாகம், மறைச்சு வெச்ச ஒரு கஷ்டம், நமக்காக விட்டுக்கொடுத்த ஒரு ஆசை. வருத்தமான அதிர்ச்சியாவும் இருக்கலாம். எப்படியோ, அந்த நொடியில ஒரு உண்மை பளிச்சுனு தெரியுது:

இத்தனை வருஷம் கூடவே இருந்தும், இந்த மனசை நான் முழுசா பார்த்ததே இல்லை.

வருஷக்கணக்கா கூட வாழ்றவங்களையே முழுசாப் புரிஞ்சுக்க முடியலைன்னா, அஞ்சு நிமிஷம் பார்த்தவங்களை, ஒரு வார்த்தை

கேட்டவங்களை, தூரத்துலேர்ந்து கவனிச்சவங்களை நாம எப்படி "புரிஞ்சுட்டோம்"னு தீர்மானமா சொல்றோம்?

❖ ❖ ❖

ஒவ்வொரு மனுஷனும் ஒரு வீடு மாதிரி.

தெருவுல போறவங்களுக்கு அந்த வீட்டோட வெளிச்சுவரும் வண்ணமும்தான் தெரியும். அறிமுகமானவங்க வாசல் வரைக்கும் வருவாங்க. நண்பர்கள் வரவேற்பறை வரைக்கும் வருவாங்க. ரொம்ப நெருங்கினவங்க வீட்டு உள்ளறைகள் வரைக்கும் வரலாம்.

ஆனா ஒவ்வொரு வீட்டுலயும் ஒரு அறை இருக்கு, வீட்டுக்காரரைத் தவிர வேற யாரும் பார்க்காத அறை. அங்கதான் சொல்லாத கவலைகள், ஆறாத பழைய காயங்கள், யார்கிட்டயும் சொல்ல முடியாத பயங்கள், நிறைவேறாத ஆசைகள் — எல்லாம் இருக்கு.

நாம மத்தவங்களை எடை போடும்போது பண்றது என்ன? வெளிச்சுவர வண்ணத்தைப் பார்த்துட்டு, உள்ளறையைப் பத்தி தீர்ப்பு எழுதுறோம்.

"இவங்க எப்பவும் சிரிச்சுக்கிட்டே இருக்காங்க, கவலையே இல்லாத ஆளு." அந்தச் சிரிப்புக்குப் பின்னாடி என்ன இருக்குன்னு நமக்குத் தெரியுமா? "இவரு எப்பவும் அமைதியா தனியா இருக்காரு, கர்வம்." அந்த அமைதிக்குப் பின்னாடி என்ன சுமை இருக்குன்னு தெரியுமா? "இவங்க இப்படி நடந்துக்கிறாங்க பாரு", அப்படி நடக்க வைக்கிற என்ன கதை அவங்க வாழ்க்கையில இருக்குன்னு தெரியுமா?

தெரியாது. பெரும்பாலும் எப்பவுமே தெரியாது.

❖ ❖ ❖

இதை அழகா உணர்த்துற ஒரு அனுபவம், கிட்டத்தட்ட எல்லாருக்கும் நடந்திருக்கும்.

யாரோ ஒருத்தர் மேல நமக்கு ரொம்ப நாளா ஒரு அபிப்பிராயம் இருந்திருக்கும்: "இவங்க கொஞ்சம் முரடு. சரியா பேச மாட்டாங்க. விலகியே இருப்பாங்க."

அப்புறம் ஒரு நாள், எதேச்சையா, அவங்க கதை நமக்குத் தெரிய வருது. அவங்க வீட்டுல இருக்கிற சூழ்நிலை. அவங்க தாங்கிக்கிட்டு இருக்கிற பொறுப்பு. அவங்க இழந்தது. அவங்க தினமும் சண்டை போட்டுக்கிட்டு இருக்கிற கஷ்டம்.

அந்த நொடியில நம்ம மனசுல என்ன நடக்குது? இத்தனை நாள் வெச்சிருந்த அபிப்பிராயம் ஒரு நொடியில கரைஞ்சு, அந்த இடத்துல ஒரு வலி வந்து உட்காருது: "ஐயோ, இதெல்லாம் தாங்கிக்கிட்டா இவங்க இப்படி இருக்காங்க? தெரியாம நான் என்னென்னமோ நினைச்சிட்டேனே."

கவனிக்கணும், அந்த ஆளு மாறலை. நமக்கு அவங்க கதை தெரிஞ்சுது, அவ்வளவுதான். கதை தெரிஞ்சதும் கோபம் இருந்த இடத்துல இரக்கம் வந்துச்சு; எரிச்சல் இருந்த இடத்துல அன்பு வந்துச்சு.

அப்படின்னா ஒரு சூத்திரம் கிடைச்சிடுச்சு இல்லையா?

நமக்கு ஒருத்தர் மேல கோபமும் எரிச்சலும் இருக்குன்னா, பெரும்பாலும் நமக்கு அவங்க கதை இன்னும் தெரியலை.

❖ ❖ ❖

அப்போ எல்லார் கதையையும் போய் கேட்டுத் தெரிஞ்சுக்கணுமா? அது முடியாது, யாரும் தங்க உள்ளறையை எல்லார்கிட்டயும் திறக்க மாட்டாங்க; திறக்கச் சொல்லி வற்புறுத்துறதும் மரியாதை இல்லை.

தேவையானது கதையை அறியுறது இல்லை, கதை இருக்கும்ங்கிறதை ஒத்துக்கிறது.

அவ்வளவுதான். "இவங்க ஏன் இப்படி?"ன்னு எரிச்சல் வர்ற இடத்துல, "இப்படி இருக்க ஏதோ ஒரு காரணம் இருக்கும், அது எனக்குத் தெரியாது", இந்த ஒரு வாக்கியம் மனசுல ஓடினா போதும்.

இந்த வாக்கியம் அவங்க பண்ற எல்லாத்தையும் சரின்னு சொல்லிடுறது இல்லை, தப்பு தப்புதான். ஆனா தப்பை எடை போடுறதுக்கும், மனுஷனை எடை போடுறதுக்கும் வித்தியாசம் இருக்கு. "அவங்க பண்ணது தப்பு"ங்கிறது நியாயம். "அவங்க கெட்டவங்க"ங்கிறது தீர்ப்பு, அதை எழுதுற அளவுக்கு நம்மகிட்ட தகவலே இல்லை.

தெரியாத கதைக்கு மரியாதை கொடுக்கிறது, அதுதான் நம்மால பண்ண முடிஞ்ச பெரிய நாகரிகம்.

❖ ❖ ❖

இந்த அத்தியாயம் முடியுற இடத்துல, திரும்பவும் அந்த வீட்டுக்கே வருவோம், இந்தத் தடவை நம்ம வீட்டுக்கு.

நமக்கும் ஒரு உள்ளறை இருக்கு இல்லையா? வெளியில யார்கிட்டயும் சொல்லாத கவலைகள், சிரிப்புக்குப் பின்னாடி வெச்சிருக்கிற சோர்வுகள், "நான் நல்லா இருக்கேன்"ங்கிற பதிலுக்குப் பின்னாடி இருக்கிற நிஜங்கள்.

நம்மளை வெளிச்சுவரை மட்டும் பார்த்து யாராவது எடை போட்டா, நமக்கு எப்படி இருக்கும்? "உங்களுக்கு என்ன தெரியும் என்னைப் பத்தி?"ன்னு உள்ளுக்குள்ள ஒரு குரல் கத்தும் இல்லையா?

அந்தக் குரல்தான், அச்சு அசலா அந்தக் குரல்தான், நாம எடை போடுற ஒவ்வொருத்தர் உள்ளயும் இருக்கு.

அது ஞாபகம் இருந்தா போதும். தராசு தானா தயங்கும். தயங்குற அந்த இடத்துல, "தெரியாது"ங்கிற பணிவும், "இருந்தாலும் மனுஷன்தானே"ங்கிற அன்பும் வந்து நிக்கும்.

முழுசா யாரையும் புரிஞ்சுக்க முடியாதுங்கிறது சோகமான செய்தி இல்லை. அதுதான் மனுஷ மனசோட அழகே, கடைசி வரைக்கும் அது ஒரு புதிர்தான். புதிரை அவிழ்க்க முடியாது.

நேசிக்கத்தான் முடியும்.

9 - கிண்டலுக்கும் எடைபோடலுக்கும் நடுவே

நண்பர்கள் கூடுற இடத்துல ஒரு சத்தம் இருக்கும், அது சண்டை இல்லை, சிரிப்பு.

"டேய், உன் பாட்டுக்கு ஊரே ஓடிடும்டா!" "இவன் சமைச்சா, சாப்பிடுறவனுக்கு தைரியம் வேணும்!" "நீ சொல்ற வழியில போனா, போன இடமும் தொலைஞ்சு போயிடும்!"

சொல்றவனும் சிரிக்கிறான், வாங்கிக்கிட்டவனும் சிரிக்கிறான். திருப்பி அவனும் ஒண்ணு போடுறான், மறுபடியும் மொத்தக் கூட்டமும் சிரிக்குது.

இந்தக் கிண்டல் தப்பா? இல்லவே இல்லை. உண்மையில இது நெருக்கத்தோட அடையாளம். புதுசா அறிமுகமானவங்ககிட்ட நாம இப்படி பேச மாட்டோம், பேசுற உரிமை வர எவ்வளவோ காலம் ஆகுது. "உன்கிட்ட நான் தாராளமா இருக்கேன், நீயும் என்கிட்ட தாராளமா இருக்கலாம்"னு சொல்ற ஒரு மொழிதான் அந்தக் கிண்டல். பாசம் கொஞ்சம் கூடும்போது,

மரியாதை வார்த்தைகள் குறைஞ்சு சிரிப்பு கூடுறது, அது அன்போட ஒரு வடிவம்தான்.

அப்படின்னா பிரச்சனை எங்க இருக்கு?

கிண்டலுக்கும் எடைபோடலுக்கும் நடுவுல ஒரு மெல்லிய கோடு இருக்கு. அது எங்க இருக்குன்னு தெரிஞ்சவங்க கையில, கிண்டல் ஒரு பூ. தெரியாதவங்க கையில, அதே கிண்டல் ஒரு கல்லு.

❖ ❖ ❖

அந்தக் கோட்டை கண்டுபிடிக்க சில அடையாளங்கள் இருக்கு.

1. **சிரிப்பு எத்தனை பக்கம்?** நிஜமான கிண்டல்ல ரெண்டு பேருமே சிரிக்கிறாங்க. சொன்னவன் மட்டும் சிரிச்சு, வாங்கிக்கிட்டவன் முகம் ஒரு நொடி மாறி, அப்புறம் கஷ்டப்பட்டு சிரிக்கிறான்னா, அது கிண்டல் இல்லை; சிரிப்போட உடை போட்டுக்கிட்டு வந்த வேற ஏதோ ஒண்ணு.
2. **எதை வெச்சு கிண்டல்?** விளையாட்டா ஒரு தடவை நடந்த தவறு, வேடிக்கையான ஒரு பழக்கம், இதெல்லாம் விளையாடுற மைதானம். ஆனா ஒருத்தரோட தோற்றம், அவங்க வீட்டு நிலைமை, அவங்களால

மாத்தவே முடியாத விஷயங்கள், அவங்க ரொம்ப நாளா வருத்தப்படுற ஒரு குறை, இது மைதானம் இல்லை; காயம். காயத்துல தொட்டுட்டு "விளையாட்டுக்குத்தான்"னு சொன்னா, வலி விளையாட்டா ஆகிடாது.

3. **யாரு முன்னாடி?** ரெண்டு பேரா இருக்கும்போது சொல்ற கிண்டலை, நாலு பேரு முன்னாடி சொல்லும்போது அதோட எடை மாறிடுது. தனியா சொன்னா சிரிக்கிற அதே விஷயம், கூட்டத்துல சொன்னா வலிக்கலாம், ஏன்னா அங்க அந்த ஆளோட மனசும் சேர்ந்து அடி வாங்குது.

இந்த மூணும் சரியா இருந்தா, தாராளமா சிரிங்க, சிரிக்க வையுங்க. அது வாழ்க்கையோட மருந்து.

❖ ❖ ❖

ஆனா இந்த அத்தியாயத்தோட மையம் வெளியில சொல்ற கிண்டல் இல்லை. அது ஒரு பக்கம் இருக்கட்டும்.

நிஜமான எடைபோடல் நடக்கிறது வாயில இல்லை, மனசுக்குள்ள. சத்தமே இல்லாம.

"இவன் இப்படித்தான்." "இவங்களுக்கு இவ்வளவுதான்." "அவரு திருந்தவே மாட்டாரு." "அது அந்த மாதிரி ஆளு."

இந்த வாக்கியங்கள் வெளியில வர்றதே இல்லை. மனசுக்குள்ள ஒரு பெட்டி செஞ்சு, ஒவ்வொரு ஆளையும் தூக்கி அதுக்குள்ள வெச்சு, மூடி போட்டு, மேல ஒரு சீட்டு ஒட்டிடுறோம். அப்புறம் அந்த ஆளை நேர்ல பார்க்கிறதே இல்லை, பெட்டி மேல இருக்கிற சீட்டைத்தான் பார்க்கிறோம்.

இதுல இருக்கிற பெரிய அநீதி என்னன்னா, மனுஷங்க மாறிக்கிட்டே இருக்காங்க; பெட்டி மாறுறதே இல்லை.

பத்து வருஷம் முன்னாடி ஒரு தவறு பண்ணவங்க, இன்னைக்கு முழுசா வேற ஆளா இருக்கலாம். ஆனா நம்ம மனசுல அவங்க இன்னும் பழைய பெட்டிக்குள்ளதான் இருக்காங்க. சின்ன வயசுல அமைதியா இருந்த ஒருத்தர் இப்போ மலர்ந்து பேசுறவரா மாறியிருக்கலாம், நம்ம சீட்டுல இன்னும் "பேச்சு வராதவங்க"ன்னுதான் எழுதியிருக்கு.

அவங்க எவ்வளவோ மாறியாச்சு. நம்ம பார்வைதான் பழைய தேதியிலேயே நின்னு போயிருக்கு.

❖ ❖ ❖

யோசிச்சுப் பார்த்தா, இந்தப் பெட்டி பழக்கம் நமக்கே நடந்திருக்கு, நாம உள்ள இருந்திருக்கோம்.

சின்ன வயசுல நடந்த ஏதோ ஒண்ணை வெச்சு, சொந்தத்துல யாரோ நம்மளை இன்னும் அதே ஆளாத்தான் பார்க்கிறாங்க. "நீ அப்பவே அப்படித்தான்"னு இன்னைக்கும் சொல்றாங்க. நாம எவ்வளவோ மாறியிருக்கோம், வளர்ந்திருக்கோம், கத்துக்கிட்டிருக்கோம், ஆனா அவங்க கண்ணுல நாம இன்னும் பழைய பெட்டிக்குள்ளதான்.

அப்போ நமக்கு எப்படி இருக்கு? மூச்சு முட்டுற மாதிரி இருக்கு இல்லையா? "நான் மாறிட்டேன், ஒரு தடவை புதுசா பாருங்களேன்"னு கத்தணும் போல இருக்கு இல்லையா?

நம்ம பெட்டிக்குள்ள இருக்கிறவங்களுக்கும் அப்படித்தான் இருக்கும்.

அதனால இந்த அத்தியாயம் கேட்கிற ஒரே சின்ன விஷயம் இதுதான், நம்ம மனசுப் பெட்டிகளை பூட்டி வைக்காம, மூடியை கொஞ்சம் திறந்தே வெச்சிருப்போம்.

"இவங்க அன்னைக்கு அப்படி இருந்தாங்க, இன்னைக்கு எப்படி இருக்காங்கன்னு

பார்ப்போம்." இந்த ஒரு வாக்கியம் போதும். சீட்டை கிழிக்க வேண்டாம், பென்சில்ல எழுதி வெச்சா போதும்; தேவைப்படும்போது அழிச்சு புதுசா எழுதலாம்.

❖ ❖ ❖

கடைசியா, கிண்டலுக்கும் இது பொருந்தும்ங்கிறதை மட்டும் சொல்லிட்டு முடிப்போம்.

நாலு பேரு சிரிச்சு பேசுற இடத்துல ஒருத்தர் அன்னைக்கு சிரிக்கலைன்னா, "இவனுக்கு விளையாட்டே புரியாது"ன்னு பெட்டியில போடாம, "இன்னைக்கு ஏதோ மனசு சரியில்லை போல"ன்னு ஒரு நொடி நினைச்சுப் பார்க்கிறது.

அதுதான் இந்த ரெண்டு அத்தியாயமும் சேர்ந்து சொல்ற ஒரே விஷயம், சிரிப்பும் இருக்கட்டும், அன்பும் இருக்கட்டும்; நடுவுல இருக்கிற அந்த மெல்லிய கோட்டை மட்டும் கண்ணுல வெச்சிருப்போம்.

கோடு தெரிஞ்சவங்க கையில, வார்த்தை எப்பவும் பூவாத்தான் இருக்கும்.

பகுதி 4 - தராசை இறக்கி வைத்தல்

❖ ❖ ❖

10 - "எதுக்காக? நமக்காக!"

ஒரு சின்னக் கேள்வியோட இந்த அத்தியாயத்தை ஆரம்பிப்போம். அவசரப்பட்டு பதில் சொல்ல வேண்டாம், நிதானமா யோசிச்சு சொன்னா போதும்.

"கடைசியா, யாருக்காகவும் இல்லாம, எதுக்காகவும் இல்லாம, சும்மா நமக்குப் பிடிச்சதுன்னு ஒரு விஷயத்தை நாம பண்ணது எப்போ?"

சிலருக்கு பதில் சட்டுனு வரும்: "நேத்துதான், மழையில நனைஞ்சேன்." "போன வாரம் பழைய பாட்டு போட்டு தனியா ஆடினேன்."

ஆனா நிறைய பேருக்கு இந்தக் கேள்வி ஒரு நீண்ட அமைதியை கொண்டு வரும். யோசிக்க யோசிக்க, பட்டியல் எல்லாம் "வேண்டியதுக்காக" பண்ணதா இருக்கும், வீட்டுக்காக, குடும்பத்துக்காக, படிப்புக்காக, எதிர்காலத்துக்காக, நாலு பேருக்காக. எல்லாமே முக்கியமான காரணங்கள்தான். ஆனா அந்தப் பட்டியல்ல "நமக்காக"ங்கிற வரி மட்டும்

எங்கயோ கீழ, மங்கலா, எப்பவோ எழுதினதா இருக்கும்.

எப்போ நம்ம பேரு நம்ம பட்டியல்லேர்ந்தே காணாம போச்சு?

❖ ❖ ❖

இந்த இடத்துல ஒரு விஷயத்தை தெளிவா பிரிச்சுச் சொல்லிடணும், நமக்காக ஒரு விஷயம் பண்றதுக்கும், நம்மை மட்டும் நினைச்சு வாழ்றதுக்கும் நடுவுல ஒரு பெரிய வித்தியாசம் இருக்கு.

சிலர் இருக்காங்க, தங்களைப் பத்தி, தங்க பிம்பத்தைப் பத்தி, தங்க சந்தோஷத்தைப் பத்தி மட்டும்தான் யோசிப்பாங்க. கூட இருக்கிறவங்க என்ன உணர்றாங்க, என்ன தேவைப்படுதுன்னு ஒரு நிமிஷம் கூட திரும்பிப் பார்க்க மாட்டாங்க. நெருங்கினவங்களோட சந்தோஷத்தை விட, தங்க பேரும் தங்க பிம்பமும்தான் அவங்களுக்கு எப்பவும் பெருசு. இது நமக்காக வாழ்றது இல்லை, இது தன்னைத் தவிர வேற யாரையும் நினைக்காத ஒரு தனிமையான வாழ்க்கை.

இந்தப் புத்தகம் அப்படி வாழச் சொல்லலை. நமக்காக ஒரு பாட்டு பாடுறது, நமக்காக ஒரு நடை போடுறது, இது நெருங்கினவங்களை

புறக்கணிக்கிறதுக்கான அனுமதி இல்லை. நாலு பேருக்கும் நேரம் குடுத்துட்டு, அதுக்கு நடுவுல நமக்கும் கொஞ்சம் நேரம் மீதி வெக்கிறதுதான் இங்க பேசுறது, இருக்கிறவங்களை விட்டுட்டுப் போறதும் இல்லை, நம்மை முழுசா மறந்து வாழ்றதும் இல்லை.

❖ ❖ ❖

அதுக்கு பதில் தேட, நம்ம சின்ன வயசுக்கே ஒரு தடவை போய் வருவோம்.

அப்போ நாம வரைஞ்சது சுவத்துல மாட்ட இல்லை, வரையணும், அதான். ஓடினது பந்தயத்துக்காக இல்லை, ஓடணும் போல இருந்துச்சு, ஓடினோம். பாடினது யாரும் கேட்கணும்னு இல்லை, வாய்க்கு வந்துச்சு, பாடினோம். மழை வந்தா நனைஞ்சோம். மண்ணு இருந்தா குழைச்சோம்.

அந்த வயசுல "இதை பண்ணா என்ன கிடைக்கும்?"னு ஒரு கேள்வியே கிடையாது. பண்றதே பரிசு. விளையாட்டே வெற்றி.

அப்புறம் மெதுவா, வயசாக ஆக, ஒவ்வொரு செயலுக்கும் ஒரு "எதுக்கு" ஒட்டிக்க ஆரம்பிச்சுது. படிச்சா, மார்க்கு. விளையாடினா, நேரம் வேஸ்ட்.

பாடினா: "நல்லா இல்லைன்னா சிரிப்பாங்க."
வரைஞ்சா: "அதுல என்ன இருக்கு?"

செயல் எல்லாம் அப்படியேதான் இருக்கு. ஒவ்வொண்ணுக்கும் பின்னாடி ஒரு பார்வையாளர் வந்து உட்கார்ந்துட்டாரு, அவ்வளவுதான். அந்தப் பார்வையாளர் வந்ததும், சந்தோஷத்துக்காக பண்ண எல்லாம், மதிப்பெண்ணுக்காக பண்றதா மாறிடுச்சு.

❖ ❖ ❖

இப்படித்தான் ஒரு நாள், ஒருத்தர் தன்னோட ரொம்பப் பிடிச்ச ஒரு விஷயத்தை, பாட்டோ, ஓவியமோ, விளையாட்டோ, எழுத்தோ — நிறுத்தி வெச்சிட்டாங்க.

ஏன்னு கேட்டா அவங்க சொன்னது: "எனக்கு அது அவ்வளவா வராது. நாலு பேரு நல்லா பண்றாங்க பாருங்க, அவங்க பண்ணட்டும்."

இந்த வாக்கியத்தை மெதுவா பிரிச்சுப் பாருங்க. "எனக்குப் பிடிக்கலை"ன்னு அவங்க சொல்லலை: "எனக்கு வராது"ன்னுதான் சொன்னாங்க. பிடிச்சிருக்கு. இன்னும் பிடிச்சிருக்கு. ஆனா தராசு நடுவுல வந்து நின்னு சொல்லிடுச்சு: "நீ பண்றது போதுமான தரம் இல்லை. உன்னை விட நல்லா பண்றவங்க இருக்காங்க. நீ விலகிக்கோ."

இங்கதான் ஒரு முக்கியமான உண்மையை உரக்கச் சொல்லணும்:

பிடிச்ச விஷயத்தைப் பண்ண, அதுல நாம சிறந்தவங்களா இருக்கத் தேவையே இல்லை.

பாட்டு பாட உரிமை வேணும்னா குரல் நல்லா இருக்கணும்னு யாரு சொன்னா? குளிக்கிற அறையில பாடுற பாட்டுக்கு தேர்வே கிடையாதே. வரைஞ்ச படம் கோணலா இருந்தா என்ன, வரைஞ்ச அரை மணி நேரம் மனசு எங்கயோ அமைதியா இருந்துச்சே, அது போதாதா? ஓடுனது கடைசியா வந்தா என்ன, ஓடும்போது காத்து முகத்துல அடிச்சுச்சே, அது சொர்க்கம் இல்லையா?

ரசிகர்கள் இல்லாத மேடைதான் உலகத்துலேயே சுதந்திரமான இடம்.

❖ ❖ ❖

"அப்போ நமக்காக மட்டும் வாழ்றதா? மத்தவங்களை கண்டுக்காம?"

நல்ல கேள்வி, இதுக்கு பதில் தெளிவா இருக்கணும்.

நமக்காக வாழ்றதுக்கும் சுயநலமா வாழ்றதுக்கும் சம்பந்தமே இல்லை. சுயநலம்னா

மத்தவங்களுக்கு சேர வேண்டியதை பிடுங்கிக்கிறது. நமக்காக வாழ்றதுன்னா, யார்கிட்டயும் எதையும் பிடுங்கலை; நம்ம சந்தோஷத்தோட சாவியை மட்டும் நம்ம கையிலேயே வெச்சுக்கிறோம். அவ்வளவுதான்.

உண்மையில இது தலைகீழ்தான், நமக்காக கொஞ்சம் வாழ்றவங்கதான் மத்தவங்களுக்கும் நிறைய கொடுக்க முடியுது. காலியான குடத்துலேர்ந்து யாருக்கும் தண்ணி ஊத்த முடியாது. நம்ம மனசு நிறைஞ்சிருந்தா, அந்த நிறைவுதான் வீட்டுலயும் தெரியும், சிரிப்புலயும் தெரியும், பொறுமையிலயும் தெரியும். நம்மை நாமே காயப்படுத்திக்கிட்டு, உலகத்துக்கு புன்னகை கொடுக்க முடியாது, கொடுத்தா அது பிம்பம்; நிறைவுலேர்ந்து வந்தா அது அன்பு.

அதனால நமக்காக ஒரு பாட்டு, நமக்காக ஒரு நடை, நமக்காக ஒரு ஓவியம், இது சுயநலம் இல்லை. இது நம்ம மனசுக்கு நாமே பண்ற பராமரிப்பு.

❖ ❖ ❖

இந்தப் புத்தகத்தோட தலைப்பு பிறந்த இடம் இந்த அத்தியாயம்தான். அதனால முடிக்கிற

முன்னாடி, அந்த வார்த்தையை ஒரு தடவை முழுசா பார்ப்போம்.

"இனி நமக்காக."

இதுல "இனி"ங்கிற வார்த்தைக்குள்ள ஒரு பெரிய கருணை இருக்கு. அது பழைய கணக்கை கிழிச்சு எறியுது. இத்தனை வருஷம் மத்தவங்க பார்வைக்காக வாழ்ந்தது தப்புன்னு அது சொல்லலை, அன்னைக்கு நமக்குத் தெரிஞ்சது அவ்வளவுதான்; வாழ்ந்தாச்சு; பரவாயில்லை. குத்தம் இல்லை, வருத்தம் இல்லை, திரும்பிப் பார்த்து பெருமூச்சு இல்லை.

"இனி", இன்னைக்கு, இந்த நொடியிலேர்ந்து.

பெரிய மாற்றம் எதுவும் தேவை இல்லை. நாளைக்கு, பிடிச்ச ஒரு சின்ன விஷயம், ஒரு பாட்டு, ஒரு நடை, ஒரு பக்கம், ஒரு ஓவியம், ஒரு பழைய பொழுதுபோக்கு, எதுவோ ஒண்ணு, யாருக்காகவும் இல்லாம, படம் எடுக்காம, யார்கிட்டயும் சொல்லாம, சும்மா நமக்காக.

பண்ணி முடிச்சதும் மனசுக்குள்ள ஒரு சின்ன, பழைய, மறந்து போன சந்தோஷம் அசைஞ்சு பார்க்கும், சின்ன வயசுல மழையில நனைஞ்சப்போ இருந்த அதே சந்தோஷம்.

அதுதான் அடையாளம். நாம வீட்டுக்கு வந்துட்டோம்.

11 - எல்லாருக்கும் அதே மரியாதை

நம்ம குரலை நாம கவனிச்சிருக்கோமா?

இல்லை, பாட்டுக் குரல் இல்லை. பேசுற குரல். அது எப்படி ஆளுக்கு ஆளு மாறுதுன்னு.

பெரிய இடத்துல இருக்கிற ஒருத்தர்கிட்ட பேசும்போது நம்ம குரல்ல ஒரு பணிவு தானா வந்துடுது. வார்த்தைகள் அளந்து விழுது. "சார்", "மேடம்", புன்னகை, எல்லாம் சரியான இடத்துல வந்து நிக்குது.

அதே நாம, அன்றாடம் நமக்கு உதவி பண்றவங்ககிட்ட, சாமான் எடுத்துத் தர்றவங்க, வண்டி ஓட்டுறவங்க, வாசல் பெருக்குறவங்க, கடையில நிக்கிறவங்க, பேசும்போது, குரல் எப்படி இருக்கு?

பெரும்பாலும் கடுமையா இல்லைதான். ஆனா அந்தப் பணிவு, அந்த அளந்த வார்த்தை, அந்த "தயவுசெஞ்சு", எல்லாம் அங்க அவ்வளவா வர்றது இல்லை. குரல் கொஞ்சம் தட்டையா, கொஞ்சம் அவசரமா, கொஞ்சம் "பரவாயில்லை விடு" ரகமா மாறிடுது.

யாரும் வேணும்னே பண்றது இல்லை. அதான் இதுல பயங்கரம், தராசு நம்ம குரலையே அளந்து, ஆளுக்கு ஏத்த மாதிரி மாத்திக்கிட்டு இருக்கு. நமக்கே தெரியாம.

❖ ❖ ❖

இங்க ஒரு நிமிஷம் நின்னு ஒரு கேள்வி கேட்டுப்போம், மரியாதைங்கிறது எதுக்குக் கொடுக்கிற விஷயம்?

பதவிக்கா? பணத்துக்கா? வயசுக்கா? புகழுக்கா?

அப்படின்னா அது மரியாதை இல்லை, அது வியாபாரம். "உங்ககிட்ட இருக்கிறதுக்கு நான் தலை வணங்குறேன்" அப்படின்னு அர்த்தம். அவங்ககிட்ட அது இல்லாம போன நாள், நம்ம மரியாதையும் போயிடும். அது எப்படி மரியாதையாகும்?

நிஜமான மரியாதை மனுஷனுக்குக் கொடுக்கிறது, அவங்ககிட்ட இருக்கிறதுக்கு இல்லை.

காலையிலேர்ந்து ராத்திரி வரைக்கும் உழைக்கிற ஒருத்தர், எந்த வேலையா இருந்தாலும், அந்த உழைப்புக்கு மரியாதைக்கு தகுதியானவர்தான். நேர்மையா வாழ்ற ஒருத்தர்,

சொன்ன சொல்லை காப்பாத்துற ஒருத்தர், தன் குடும்பத்தை அன்பா பார்த்துக்கிற ஒருத்தர், இவங்கல்லாம் எந்த "பெரிய இடமும்" இல்லாமலேயே பெரிய மனுஷங்கதான்.

யோசிச்சுப் பார்த்தா, நம்ம ஒரு நாள் ஓடுறதே எத்தனையோ பேரோட உழைப்புல தான், சோறு நம்ம கைக்கு வர்றதுக்குள்ள எத்தனை கைகள் உழைச்சிருக்கு; தெரு சுத்தமா இருக்க யாரோ விடியக்காலையில எழுந்திருக்காங்க; நாம போற வழி சரியா இருக்க யாரோ வெயில்ல நின்னிருக்காங்க. இவங்க யாருமே நமக்குத் தெரியாது. ஆனா இவங்க இல்லாம நம்ம ஒரு நாள் கூட ஓடாது.

தெரிஞ்சவங்களுக்கு மட்டும் மரியாதை கொடுக்கிறது சமூக பழக்கம். தெரியாதவங்களுக்கும் கொடுக்கிறதுதான் பண்பு.

❖ ❖ ❖

இதுல இன்னொரு மெல்லிய பக்கமும் இருக்கு, மரியாதை மேல இருந்து கீழ மட்டும் பார்க்கிற விஷயம் இல்லை; கீழேர்ந்து மேலயும் அதே அளவுதான்.

பெரிய ஆளுங்ககிட்ட அளவுக்கு அதிகமா பணிஞ்சு போறதும் தராசோட வேலைதான். அவங்களும் மனுஷங்கதான், சாப்பிடுறாங்க, தூங்குறாங்க, தப்பு பண்றாங்க, பயப்படுறாங்க. அவங்க கிட்ட மரியாதையா இருக்கலாம், தாராளமா. ஆனா நம்மளை நாமே குறைச்சு, குரலை நடுங்க வெச்சு, இல்லாத புகழ்ச்சி பேசி நிக்கிறது மரியாதை இல்லை, அது பயம். மரியாதைக்கும் பயத்துக்கும் நடுவுல இருக்கிற வித்தியாசம்தான் நம்ம சுயமரியாதை.

சமமான பார்வைதான் ஆரோக்கியமான பார்வை, யாரையும் ஏறெடுத்து பார்க்கவும் வேண்டாம், இறக்கி பார்க்கவும் வேண்டாம். நேரா பார்த்தா போதும். எல்லாரும் மனுஷங்க — அவ்வளவுதான் கணக்கு.

❖ ❖ ❖

இதை எல்லாம் ஒரு சின்ன சோதனையில சுருக்கலாம். பெரிய தத்துவம் எதுவும் வேண்டாம் — ஒரே ஒரு கேள்வி போதும்.

"நான் இப்போ இவங்ககிட்ட பேசுற இதே தொனியில, இதே வார்த்தையில, இந்த இடத்துல வேற யாரு நின்னாலும் பேசுவேனா?"

கடையில நிக்கிறவங்க இடத்துல, நம்ம வீட்டுலேர்ந்து ஒருத்தர் நின்னா, இதே தொனிதானா? வண்டி ஓட்டுறவங்க இடத்துல, நம்ம கூடப் பிறந்தவங்க நின்னா — இதே வார்த்தைதானா?

"ஆமா"ன்னா, நம்ம மரியாதை நிஜமானது; அது ஆளு பார்த்து மாறுறது இல்லை.

"இல்லை"ன்னா, திட்டிக்க வேண்டாம், வருத்தப்படவும் வேண்டாம். தராசு வேலை பண்ணிக்கிட்டு இருக்குன்னு தெரிஞ்சுது, அவ்வளவுதான். கவனிச்சாச்சு, அடுத்த வாக்கியத்தை கொஞ்சம் மென்மையாக்கினா போதும். அன்னைக்கே மொத்தமா மாற வேண்டாம்; ஒரு வார்த்தை மாறினா அதுவே ஆரம்பம்.

❖ ❖ ❖

இந்த அத்தியாயத்தை ஒரு சின்னக் காட்சியோட முடிப்போம்.

நாம ஒரு கடைக்குப் போறோம். வாங்கினது ஒரு சின்ன சாமான்தான். காசு கொடுத்து, வாங்கிக்கிட்டு, கிளம்புற முன்னாடி, கடையில நிக்கிறவங்க கண்ணைப் பார்த்து ஒரு புன்னகை, ஒரு "நன்றி."

அவ்வளவுதான். ரெண்டே நொடி. ஒரு பைசா செலவில்லை.

ஆனா அன்னைக்கு காலையிலேர்ந்து அவங்களை யாருமே "பார்க்காம" இருந்திருந்தா, வாங்குறவங்க எல்லாம் சாமானைப் பார்த்திருப்பாங்க, ஆளை இல்லை, நம்ம அந்த ரெண்டு நொடி அவங்க நாளோட நல்ல நேரமா இருக்கும்.

மரியாதைங்கிறது இதுதான். பெரிய வார்த்தை இல்லை, பெரிய செயல் இல்லை: "நீங்களும் ஒரு மனுஷன், நான் உங்களைப் பார்க்கிறேன்"னு சொல்ற ஒரு சின்னப் பார்வை.

அந்தப் பார்வை பழகிடுச்சுன்னா, தராசுக்கு அங்க வேலையே இல்லை. ஏன்னா எல்லாருமே சமமா நிக்கிற இடத்துல, எடை போட ஒண்ணுமே இல்லை.

12 - அன்புதான் எல்லாமே

இந்தப் புத்தகத்தோட கடைசி அத்தியாயத்துக்கு வந்துட்டோம்.

இதுவரைக்கும் நாம பேசினதை ஒரு நொடி திரும்பிப் பார்ப்போம், ஒப்பீடு, "என்ன நினைப்பாங்களோ"ங்கிற கேள்வி, முதல் பார்வை, பிம்பம், பெருமைப் பேச்சு, திரை வாழ்க்கை, ஒரு நாள் தீர்ப்பு, தெரியாத மனசுகள், மனசுப் பெட்டிகள், நமக்காக வாழ்றது, எல்லாருக்கும் மரியாதை.

பதினொரு அத்தியாயம். பதினொரு விஷயம்னு தோணும். ஆனா உண்மையில நாம பேசினது ஒரே ஒரு விஷயம்தான், ஒவ்வொரு அத்தியாயத்துலயும், ஒவ்வொரு காட்சியிலயும், நடு மையத்துல அதே ஒரு தராசுதான் நின்னுக்கிட்டு இருந்துச்சு.

இப்போ கடைசி கேள்வி இதுதான், அந்தத் தராசை வெச்சுக்கிட்டு என்ன பண்றது?

உடைக்கிறதா? எறியுறதா? சண்டை போடுறதா?

இல்லை. இந்தப் புத்தகம் முழுக்க சொன்னது ஒண்ணேதான், தராசோட சண்டை போட்டு யாரும் ஜெயிச்சது இல்லை. அதுக்கு பதிலா, தராசு வேலை பண்ண முடியாத ஒரு இடம் இருக்கு. அந்த இடத்துக்குப் போயிடுறதுதான் வழி.

அந்த இடத்தோட பேருதான் அன்பு.

❖ ❖ ❖

ஏன் அன்பு இருக்கிற இடத்துல தராசு வேலை பண்ணாது?

ஏன்னா ரெண்டும் நேர் எதிர் திசையில பார்க்குது. தராசு எப்பவும் கேட்கிறது: "இவங்க எவ்வளவு?" அன்பு கேட்கிறது: "இவங்களுக்கு என்ன தேவை?"

தராசு அளக்குது; அன்பு அரவணைக்குது. தராசு வித்தியாசம் தேடுது; அன்பு ஒற்றுமை தேடுது. தராசுக்கு எல்லாரும் போட்டியாளர்; அன்புக்கு எல்லாரும் கூடப் பயணிகள்.

இதை நாம ஏற்கனவே அனுபவத்துல பார்த்திருக்கோம், யோசிச்சா தெரியும். நம்மளை நிஜமா நேசிக்கிறவங்க கிட்ட இருக்கும்போது, நமக்கு ஏன் அவ்வளவு நிம்மதி?

அவங்க முன்னாடி நாம பிம்பம் தூக்குறது இல்லை, வார்த்தை அளந்து பேசுறது இல்லை, தப்பு பண்ணிட்டோமா தண்டிப்பாங்களான்னு பயப்படுறது இல்லை.

ஏன்? அவங்க நம்மளை எடை போட மாட்டாங்கன்னு நமக்கு நிச்சயமா தெரியும். அவ்வளவுதான் காரணம்.

அன்புன்னா அதுதான், இன்னொரு மனுஷன் நம்ம முன்னாடி தராசு பயம் இல்லாம நிக்க முடியுற இடம்.

அப்படின்னா நாம ஒருத்தருக்கு அன்பு கொடுக்கிறோம்ங்கிறதோட நிஜமான அர்த்தம், அவங்களுக்கு அந்த இடத்தைக் கொடுக்கிறோம். "நீங்க இங்க எடை போடப்பட மாட்டீங்க. இருக்கிற மாதிரியே இருங்க. அது போதும்."

❖ ❖ ❖

இந்த அன்பு பெரிய தியாகங்கள்ல இல்லை, இதுதான் இந்த அத்தியாயத்தோட முக்கியமான செய்தி. அது தினமும் கிடைக்கிற சின்னச் சின்ன தருணங்கள்ல இருக்கு.

- ஒருத்தர் பேசி முடிக்கிற வரைக்கும், நடுவுல வெட்டாம, திருத்தாம, அடுத்து நாம என்ன

சொல்லப் போறோம்னு யோசிக்காம, சும்மா கேட்கிறது. அது அன்பு.

- ஒருத்தர் தப்பு பண்ணின நாள்ல, "நான் அப்பவே சொன்னேன்"னு சொல்லாம இருக்கிறது. அது அன்பு.
- ஒருத்தர் சொன்ன விஷயத்தை, அவங்க நல்ல எண்ணத்துல சொல்லியிருப்பாங்கன்னு முதல்ல நம்பிப் பார்க்கிறது, தப்பா எடுத்துக்கிறதுக்கு முன்னாடி. அது அன்பு.
- யாரோ நம்ம எதிர்பார்ப்பு மாதிரி நடக்காதப்போ, "சரி, அவங்க வழி அது"ன்னு விட்டுக்கொடுக்கிறது. அது அன்பு.
- நம்மகிட்ட எதுவும் திரும்பக் கிடைக்காதுன்னு தெரிஞ்சும், ஒரு உதவி, ஒரு புன்னகை, ஒரு நல்ல வார்த்தை கொடுக்கிறது. அது அன்பு.

பாத்தீங்களா, இதுல எதுக்குமே பணம் தேவை இல்லை, நேரம் கூட அதிகம் தேவை இல்லை. தேவையானது ஒண்ணேதான், அந்த நொடியில தராசை கீழ வெக்கிறது.

❖ ❖ ❖

இன்னொரு விஷயம், இந்த அன்புல நம்ம பேரும் இருக்கணும். இது நிறைய பேரு மறந்துடுற பக்கம்.

மத்தவங்களை எடை போடாதீங்கன்னு ஒரு புத்தகம் முழுக்க பேசிட்டு, நம்மளை நாமே எடை போட்டுக்கிட்டு இருந்தா என்ன அர்த்தம்? "நான் இன்னும் நல்லா இருக்கணும், நான் இது பண்ணியிருக்கக் கூடாது, நான் அவங்க அளவுக்கு இல்லை", இந்தக் குரல் நம்மை நோக்கி வெச்சிருக்கிற தராசுதான்.

நம்ம கூட வாழப் போற ஒரே நிரந்தரமான ஆளு நாமதான். அந்த ஆள்கிட்ட கொஞ்சம் அன்பா இருப்போம். தப்பு பண்ணின நாள்ல, நண்பனுக்கு சொல்ற அதே ஆறுதலை நமக்கும் சொல்லிப்போம்: "பரவாயில்லை. ஆகிடுச்சு. அடுத்த தடவை பார்த்துக்கலாம்." களைச்சுப் போன நாள்ல ஓய்வெடுக்க நமக்கு நாமே அனுமதி கொடுப்போம். சின்ன வெற்றிகளுக்கு நம்ம தோளை நாமே தட்டிக்கொடுப்போம்.

நமக்கு நாமே அன்பா இருக்கக் கத்துக்கிட்டா, மத்தவங்களுக்கு அன்பு கொடுக்கிறது ரொம்ப சுலபமாயிடும். உள்ள நிறைஞ்சதுதான் வெளிய வழியும்.

❖ ❖ ❖

கடைசியா: "யார் என்ன நினைச்சாலும்" வாழ்றதுக்கும் இந்த அன்புக்கும் இருக்கிற

சம்பந்தத்தை சொல்லிட்டு முடிப்போம். ஏன்னா இந்த ரெண்டும்தான் இந்தப் புத்தகத்தோட ரெண்டு கால்கள்.

யார் என்ன நினைச்சாலும் நம்ம வழியில போறதுன்னா, அது முரட்டுத்தனம் இல்லை, "எனக்கு யாரையும் கண்டுக்காது"ங்கிற அலட்சியமும் இல்லை. அர்த்தம் இதுதான், நம்ம நேர்மையை, நம்ம அன்பை, நம்ம பக்கத்தை நாம சரியா வெச்சிருக்கோம்; அதுக்கு அப்புறம் மத்தவங்க தராசுல என்ன எடை காட்டுதுங்கிறது அவங்க பக்கம், நம்ம கையில இல்லாத விஷயம்.

நம்ம பக்கம் நேர்மையா இருக்கிறது, நம்ம வேலை. மத்தவங்க அதை எப்படி அளக்கிறாங்க — அவங்க தராசு, அவங்க பாடு.

இந்த ரெண்டையும் பிரிச்சுப் பார்க்கிற தெளிவு வந்துடுச்சுன்னா, வாழ்க்கை திடீர்னு ரொம்ப எளிமையாயிடும். பண்ண வேண்டியது ஒண்ணேதான் மிச்சம்: எல்லார்கிட்டயும், நம்மையும் சேர்த்து, முடிஞ்ச அளவு அன்பா இருக்கிறது.

அளக்கிறது அவசியம்னு உலகம் சொல்லிக்கிட்டே இருக்கும்.

அரவணைக்கிறதுதான் வாழ்க்கைன்னு நாம தெரிஞ்சு வெச்சிருப்போம்.

அன்புதான் எல்லாமே, இது கவிதை வரி இல்லை. இது இந்தப் புத்தகம் முழுக்கப் பேசின எல்லாத்தோட ஒற்றை வரி சுருக்கம்.

தராசு இறங்குற இடத்துல, அன்பு உட்காருது.

அவ்வளவுதான் கதை.

முடிவுரை - தராசை இறக்கி வைக்கும் நாள்

புத்தகத்தோட ஆரம்பத்துல ஒரு தராசைப் பத்தி பேசினோம், யாரும் கொடுக்காம, யாரும் கேட்காம, நம்ம மனசுக்குள்ள வந்து உட்கார்ந்த தராசு.

இப்போ, கடைசி பக்கத்துல, அதே தராசுகிட்ட திரும்பி வந்திருக்கோம். ஆனா ஒரு வித்தியாசத்தோட:

இப்போ அது நமக்குத் தெரியுது.

அதுதான் இந்த மொத்தப் பயணத்தோட பலன். தராசு போயிடலை, போகவும் போறது இல்லை; அது நம்ம கூடவே வளர்ந்த பழக்கம். ஆனா இத்தனை நாள் அது இருட்டுல, நமக்கே தெரியாம வேலை பண்ணிக்கிட்டு இருந்துச்சு. இனிமே அது வேலை பண்ணும்போது, நமக்குத் தெரியும்: "இதோ, இப்போ ஒப்பிடுறேன்." "இதோ, இப்போ யாரையோ பெட்டியில போடுறேன்." "இதோ, இப்போ 'என்ன நினைப்பாங்களோ'ன்னு பயப்படுறேன்."

தெரியுறதுதான் விடுதலையோட முதல் அடி. இருட்டுல ஓடுற எந்திரத்தை நிறுத்த முடியாது, வெளிச்சத்துல ஓடுறதை மெதுவா நிறுத்தலாம்.

❖ ❖ ❖

இந்தப் புத்தகத்துலேர்ந்து ஒரே ஒரு விஷயம் மட்டும்தான் ஞாபகம் வெச்சுக்க முடியும்னா — இதை வெச்சுக்குங்க:

யாரும் நம்மகிட்ட இந்தத் தராசை கொடுக்கலை. அதனால அதை இறக்கி வைக்க யாரு அனுமதியும் தேவை இல்லை.

இத்தனை வருஷம் அது நம்ம கையில இருந்ததுக்கு நாம யார்கிட்டயும் விளக்கம் சொல்ல வேண்டாம். இனிமே அது இல்லாம நடக்கிறதுக்கும் யார்கிட்டயும் அனுமதி வாங்க வேண்டாம். வந்தது சத்தம் இல்லாம வந்துச்சு, போறதும் சத்தம் இல்லாம போகட்டும்.

ஒரே நாள்ல போகாது, அதுவும் தெரிஞ்சிருக்கட்டும். நாளைக்கு காலையிலயும் மனசு யாரையாவது ஒப்பிடும். மறுபடியும் எப்பவாவது "நாலு பேரு" ஞாபகம் வரும். வரட்டும். ஒவ்வொரு தடவையும் நாம பண்ண வேண்டியது ஒண்ணேதான், திட்டாம, வருத்தப்படாம, "இதோ தராசு"ன்னு அன்பா

கவனிக்கிறது. கவனிச்ச ஒவ்வொரு தடவையும் அது கொஞ்சம் கொஞ்சமா லேசாகும்.

வருஷம் ஆக ஆக, ஒரு நாள் திடீர்னு தெரியும், ரொம்ப நாளா அந்தத் தராசோட சத்தமே கேட்கலைன்னு.

❖ ❖ ❖

தராசு இறங்கின கை காலியா இருக்காது — அதுதான் இதுல அழகே.

இத்தனை நாள் தராசு தூக்கிக்கிட்டு இருந்த அந்தக் கையில, இப்போ இடம் இருக்கு, யாரையாவது அரவணைக்க, யாருக்காவது உதவ, நமக்குப் பிடிச்ச எதையாவது பிடிச்சுக்க.

எடை போடுறதை நிறுத்தின மனசு சும்மா உட்கார்ந்திருக்காது, அது ரசிக்க ஆரம்பிக்கும். இத்தனை நாள் "இவங்க நம்மளை விட மேல, இவங்க நம்மளை விட கீழ"ன்னு வரிசைப்படுத்திக்கிட்டு இருந்த அதே கண்ணு, இப்போ ஒவ்வொருத்தர்கிட்டயும் ஏதோ ஒரு அழகைப் பார்க்கும், இவங்க சிரிப்பு நல்லா இருக்கு; அவங்க பொறுமை ஆச்சரியமா இருக்கு; இந்தப் பிள்ளையோட கேள்விகள் எவ்வளவு சுவாரஸ்யம்.

உலகம் மாறலை. பார்வைதான் மாறுச்சு. தராசு இறங்கினா, அதே தெரு, அதே வீடு, அதே மனுஷங்க, எல்லாம் கொஞ்சம் அழகா தெரியும்.

❖ ❖ ❖

கடைசியா, ஒரு சின்ன நன்றி சொல்லணும்.

இந்தப் புத்தகத்தை இத்தனை தூரம் படிச்சதுக்காக இல்லை, படிக்கிற வழி நெடுக, ஒவ்வொரு அத்தியாயத்துலயும், "அட, இது நான்தானே" "இது நம்ம வீட்டுலயும் நடக்குதே"ன்னு உங்க வாழ்க்கையை நேர்மையா திரும்பிப் பார்த்தீங்களே — அதுக்குத்தான் நன்றி.

அந்த நேர்மை சாதாரண விஷயம் இல்லை. தன்னோட தராசை ஒத்துக்கிறதுக்கு ஒரு பெரிய மனசு வேணும். அது உங்ககிட்ட இருக்கு, அதனாலதான் இந்தப் பக்கம் வரைக்கும் வந்திருக்கீங்க.

இனி வர்ற நாள்கள்ல, எப்பவாவது மனசு கனக்கும்போது, யாரோ ஒருத்தர் பேச்சு உறுத்தும்போது, "என்ன நினைப்பாங்களோ"ன்னு பழைய பயம் எட்டிப் பார்க்கும்போது, இந்தப் புத்தகத்தோட ஏதாவது ஒரு வரி நினைவுக்கு வந்து, மனசை ஒரு நொடி லேசாக்கிச்சுன்னா, இந்தப் புத்தகம்

ஜெயிச்சிடுச்சு. அதுக்கு மேல இதுக்கு எந்த ஆசையும் இல்லை.

வாழ்க்கை ரொம்ப அழகானது, தராசு இல்லாம பார்த்தா, இன்னும் அழகானது.

போய்ட்டு வாங்க. அன்பா இருங்க, எல்லார்கிட்டயும், உங்ககிட்டயும்.

இனி, எப்பவும்,

நமக்காக.

வாசித்ததற்கு நன்றி

அன்பு கொடுத்தால் குறையாது;
பகிர்ந்தால் பெருகும்.
அன்புக்கு முன் எல்லோரும் சமம்.

www.ingramcontent.com/pod-product-compliance
Lightning Source LLC
LaVergne TN
LVHW090329210926
848480LV00004B/1343
* 9 7 9 8 9 0 5 8 4 1 0 6 4 *